உங்களுக்குள் உள்ள விலையில்லா ஆற்றல்

THE GREATEST SALESMAN IN THE WORLD

NOW IN TAMIL

உங்களுக்குள் உள்ள விலையில்லா ஆற்றல்

THE GREATEST SALESMAN IN THE WORLD

NOW IN TAMIL

உங்களுக்குள் இருக்கும் விலையில்லா ஆற்றலினால்
வாழ்க்கையின் முழுமையை கண்டு கொள்ளுங்கள்

ஆக் மான்டினோ

ஜெய்கோ பப்ளிஷிங் ஹவுஸ்

மும்பை டில்லி பெங்களூரு கொல்கத்தா ஹைதராபாத்
சென்னை அஹமதாபாத் லக்னோ போபால்

Published by Jaico Publishing House
A-2 Jash Chambers, 7-A Sir Phirozshah Mehta Road
Fort, Mumbai - 400 001
jaicopub@jaicobooks.com
www.jaicobooks.com

© Og Mandino

This translation published by arrangement with Bantam Books,
an imprint of The Random House Publishing Group,
a division of Random House, LLC

To be sold only in India, Bangladesh, Bhutan,
Pakistan, Nepal, Sri Lanka and the Maldives.

THE GREATEST SALESMAN IN THE WORLD
உங்களுக்குள் உள்ள விலையில்லா ஆற்றல்
ISBN 978-81-8495-533-0

மொழிபெயர்ப்பு : தேவவிரதன்

நூற்பொருள் ஒருங்கிணைப்பு : மிஸ்டிக்ஸ்ரைட்

First Jaico Impression: 2014
Third Jaico Impression: 2016

No part of this book may be reproduced or utilized in
any form or by any means, electronic or
mechanical including photocopying, recording or by any
information storage and retrieval system,
without permission in writing from the publishers.

Printed by
Trinity Academy For Corporate Training Limited, Mumbai

சமர்ப்பணம்

இந்தப் புத்தகம் மிக மரியாதையுடன்
டபிள்யூ. க்ளமன்ட் ஸ்டோன்
என்கிற சிறந்த வணிகனுக்கு
சமர்ப்பிக்கப்படுகிறது.

எவர் அன்பு, கனிவு மற்றும் வித்தியாசமான வியாபார உத்தியை வாழ்க்கைக்கு ஏற்ற வாழும் தத்துவமாக்கி அவற்றின் மூலம் எண்ணற்ற ஆயிரக்கணக்கான தனி மனிதர்கள் ஒவ்வொரு ஆண்டும் மிகப் பெரிய மகிழ்ச்சி, நல்ல மன நலம் மற்றும் உடல் நலம், மன அமைதி மேலும் செல்வம் இவற்றை அடைய வழிகாட்டியவருக்கு.

பிரசுரித்தவரின் பதிவு

ஆக் மான்டினோவின் முதல் புத்தகம் ''உங்களுக்குள் உள்ள விலையில்லா ஆற்றல்'' பலரின் பாராட்டுகளை அள்ளிய உயர்தர பன்னாட்டு இலக்கியம். பதினான்கு மில்லியன் பிரதிகள் விற்பனையானதில் போட்டிகளை வென்று முதல் நிலையில் நின்று எந்நாளுக்கும் பொருந்தும் வணிகம் பற்றிய புத்தகமாகிறது.

''*The Celestine Prophecy*'' என்ற நூலில் அதன் எட்டு உள்ளர்த்தங்களை வெளிப்படுத்தும் முன்பே மான்டினோ பத்து சுருள்கள் மூலம் பலரின் வாழ்க்கையில் மாற்றம் செய்து காட்டி விட்டார்.

இந்தப் புதினம் திறந்த மனதுடன் படிப்பவரின் ஆர்வத்தைப் பெருக்கி ஆழமான மனரீதியான உயர்ச்சிக்கும், ஆனந்தத்திற்கும் காரணமாகும் பலம் தருவதாக உள்ளது.

மான்டினோ, சிறந்த விற்பனை பெறும் எழுத்தாளரில் உற்சாகம் தூண்டும் புத்தகங்கள் 36,000,000 பிரதிகள் 22 மொழிகளில் உலகெங்கும் வெளியாகி, உலகின் மிகச் சிறந்த கதாசிரியர் என்ற சிறப்பைப் பெற்றுள்ளார்.

''உங்களுக்குள் உள்ள விலையில்லா ஆற்றல்'' வெற்றி, மகிழ்ச்சி

இவற்றின் உண்மையான பொருளை விளக்குவதுடன், அதை அடைவது எப்படி, அதைக் கொண்டு உங்கள் வாழ்க்கையில் எப்படி சாதனை செய்யலாம் என்றும் விளக்குகிறது.

இந்த ஆண்டு இந்த ஒரே புத்தகம் படிப்பதன் மூலம் உங்கள் வாழ்க்கை மாறி விடும். மான்டினோவின் இரண்டு புத்தகங்களை படித்தீர்களானால் அவரின் செய்தி உங்கள் மனதில் ஆழப் பதியும். ஏனெனில் அவை அத்தனை சக்தி வாய்ந்தவை.

இந்தப் புதினத்தில் குறிப்பிட்டுள்ள அறிவும், ஆற்றலும் உங்கள் வாழ்க்கையை மேம்படுத்தட்டும்.

மகிழுங்கள்!

பிரசுரத்தார்.

பாராட்டுகள்

''இந்தப் புத்தகம் வியாபாரத்தின் பத்து ஆதாரமான விதிகளை சிறந்த வியாபாரம் செய்வதற்கு சிறப்பாக விளக்குகிறது. நாம் ஒவ்வொருவருமே ஒரு வகையில் வணிகன் - என்று ஆசிரியர் தன் அனுபவங்களை, தன் சிறந்த அறிவுரைகளை மற்றவர்கள் வெற்றி பெறப் பேசுகிறாா். நான் இதை மிக அழுத்தமாக சிபாரிசு செய்கிறேன்.''

ரேவ். ஜான். த. ஒப்ரியன், பி.
ஹெஜ்டி.
ஆசிரியர் - ரிசிடன்ட்.
நாத்ர டாம் பல்கலைக் கழகம்.

''கடைசியில் வந்தே விட்டது. ஒரு புத்தகம் விற்பனைத் திறன் பற்றி. முதிர்ச்சி பெற்றவர், புது முகம் இரண்டு பேருக்குமே ஒரே மாதிரி!. நான் இரண்டாவது முறையாக இந்தப் புத்தகத்தைப் படித்து விட்டேன். படிக்க ஏற்ற, மனதை மேம்படுத்த, மிகச் சிறந்த சாதனம் - வியாபாரத்தை ஓர் தொழிலாக ஏற்பவருக்கு இந்தப் புத்தகம் மிகச் சிறந்த ஒன்று.''

எஃப். டபிள்யூ, ஏர்ரிகோ, மானேஜர்.
யு. எஸ். சேல்ஸ் ட்ரைனிங்
பார்க், டேவிட்ஸ் அண்ட் கம்பெனி.

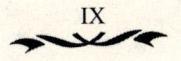

‘‘நான் வியாபார நுணுக்கங்கள் பற்றிய அநேகமாக எல்லாப் புத்தகங்களையும் படித்திருக்கிறேன். ஆனால் இந்த புத்தகத்தில் ஆக். மான்டினோ அவை எல்லாவற்றையுமே கொண்டு வந்து விட்டார். இந்தக் கொள்கைகளைப் பின்பற்றுபவர்கள் நிச்சயமாக சாதனை செய்வர் ; அந்தக் குணங்கள் இல்லாமல் அவர்களால் நிச்சயம் சாதனையாளராக இருக்க முடியாது. ஆசிரியர் வெறும் கொள்கைகளை மட்டும் பட்டியலிடாமல் அதனுடன் ஒரு அழகான கதையையும் பின்னியிருக்கிறார்.’’

பால் ஜே. மேயர், பிரசிடென்ட்
சக்ஸஸ் மோடிவேஷன் இன்ஸ்டிடியூட்,
இன்க்

‘‘ஒவ்வொரு வணிக நிறுவனமும் இந்தப் புத்தகத்தைப் படிக்க வேண்டும். இது படுக்கையின் பக்கத்தில், முன்னறையின் மேஜையில் வைத்து இருக்க வேண்டிய நூல் - தேவைப்படும்போதெல்லாம் இதைப் புரட்டி அந்தந்தப் பகுதிகளைப் படித்து உற்சாகம் பெறலாம். இது இன்றைக்கும், என்றைக்குமான புத்தகம். அவ்வப்போது புரட்ட ஒரு நண்பனைப் போல, நல்வழிப்படுத்தும் ஆசானைப் போல், ஒரு போதும் ஏமாற்றம் தராத ஊக்கம் நிறைந்த புத்தகம்.’’

லெஸ்டர். ஜே. பிராட்ஷா, ஜூனியர்
முன்னாளைய டீன்,
டேல் கார்னகி இன்ஸ்டிடியூட் ஆப்
எபெக்டிவ் ஸ்பீகிங் அன்ட் ஹ்யூமன்
ரிலேஷன்ஸ்

‘‘என்னை இந்தப் புத்தகம் ஆக்ரமித்துக் கொண்டது என்பேன். சந்தேகமின்றி இது ஓர் மிகப் பெரிய, மனதைத் தொடும் கதை. நான் இதற்கு இரண்டு முக்கிய அம்சங்களைச் சொல்வேன். முதலாவது

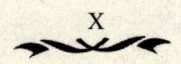

நீங்கள் இந்தப் புத்தகத்தைப் படித்து முடிக்கும் வரை கீழே வைக்கக் கூடாது; இரண்டாவது ஒவ்வொரு விற்பனையாளனும், நாமே உள்பட அவசியம் படிக்க வேண்டிய ஒன்று.''

ராபர்ட் பி. ஹென்ஸ்லீ பிரசிடென்ட்,
லைப் இன்ஷ்யூரன்ஸ் கம்பெனி ஆப்
கென்டுகி.

''ஆக். மான்டினோ உங்கள் கவனத்தைத் தூண்டி விட்டு அவர் கதை சொல்லும் திறனைக் கொண்டு வியக்க வைக்கிறார். ''உலகின் மிகச் சிறந்த வணிகன்'' பலர் மனதைத் தொடக் கூடிய புத்தகம்.''

ராஸ் கார்ன், எக்ஸிக்யூடிவ் டைரக்டர்
இமோஷனல் அப்பீல் இன்ஸ்டிடியூட்

''ஆக். மான்டினோவைப் போல் எழுதும் திறன் கொண்டவர்கள் மிகக் குறைவு. அவர் வியாபாரம் பற்றிப் பகிர்ந்து கொண்டுள்ள எண்ணங்கள், வணிகத்தின் உலகளாவிய முக்கியத்துவத்தைக் காட்டுகிறது.''

கேலால் போல்க், பிரசிடென்ட்
போல்க் ப்ரோஸ், இன்க்.

''நான் இப்போது தான் தொடர்ந்து இடைவெளி இல்லாமல் இந்தப் புத்தகத்தைப் படித்து முடித்தேன். ஆதாரபூர்வமாகவும், கற்பனை வளத்துடனும் கதையின் கரு அமைக்கப் பட்டிருக்கிறது. நடை சுவையாகவும், கவர்ச்சியாகவும் இருக்கிறது. கொடுக்கப்பட்டுள்ள செய்தி / கருத்து உணர்ச்சியூட்டுவதாக இருக்கிறது. நாம் ஒவ்வொருவருமே ஓர் வணிகன் / விற்பனையாளன். நம் தொழில் எதுவாக

இருந்தாலும், நாம் நம்மை முதலில் விற்பனை செய்தால் தான் நமக்கு மகிழ்ச்சியும், மன அமைதியும் கிடைக்கும். இந்தப் புதினத்தை கவனமாகப் படித்து, உள்வாங்கி, கிரகித்து செயல்படுத்தினால் நாம் ஒவ்வொருவருமே அவரவரை விற்பதில் சிறந்த வணிகன் ஆவோம்.''

டாக்டர். லூயி பின்ஸ்டாக்
ரப்பீ, டெம்பிள் ஷேலோம், ஷிகாகோ.

''எனக்கு கதை பிடித்தது... நடை பிடித்தது... புத்தகம் பிடித்தது... ஒவ்வொரு வணிகனும் அவன் குடும்பத்தினரும் படிக்க வேண்டிய புத்தகம்.''

டபிள்யூ.. கிளெமென்ட் ஸ்டோன்,
பிரசிடெண்ட். கம்பைன்ட்
இன்ஸூரன்ஸ் கம்பெனி ஆப்
அமெரிக்கா.

''என் அபிப்ராயத்தில், ''உங்களுக்குள் உள்ள விலையில்லா ஆற்றல்'' ஒரு இலக்கியம் ஆகும். நான் நூற்றுக் கணக்கான புத்தகங்களை பல ஆண்டுகளாக வெளியிட்டு வருகிறேன். ஆனால், ஆக். மாண்டினோவின் அழுத்தமான செய்தி என் உள்மனதில் இடம் பெற்று விட்டது. நான் இதை பிரசுரம் செய்வதில் மிகவும் பெருமை அடைகிறேன்.''

டொனால்ட் எல். லெஸ்னே,
பப்ளிஷர்.
பிரெடெரிக் பெல் பப்ளிஷர்ஸ், இன்க்.

முன்னுரை

ஹலோ... நான் ஆக்.மான்டினோ.

என்னுடைய சில சிறு வயது நினைவுகள் இன்னும் தெளிவாக இருக்கிறது. குறிப்பாக விசேஷமான சிவப்பு நிற தலைமுடி கொண்ட ஐரிஷ் பெண்மணியான என் அன்புள்ள அம்மா. அவளுக்கு தன் மகனைப் பற்றிய பிரத்தியேகமான கனவு இருந்தது. ''ஒரு நாள்'' என்னிடம் சொல்வாள், மறுபடி, மறுபடி. ''ஒரு நாள் நீ ஓர் எழுத்தாளனாவாய்... சாதாரண எழுத்தாளன் அல்ல... மிகப் பெரிய எழுத்தாளன்.''

நான் அவள் கனவை ஏற்றுக் கொண்டேன். பெரும்பாலான குழந்தைகள் தங்கள் பெற்றோர் அவர்களது எதிர்காலத்தை முடிவு செய்வதை விரும்புவதில்லை. ஆனால், எனக்கு அந்த எண்ணம் பிடித்திருந்தது. ஒரு புகழ் பெற்ற எழுத்தாளன். ஆம்! நான் முதல் வகுப்புக்குள் நுழையும் முன்பே என் அம்மா, நூலகத்திலிருந்து பெரியவர்கள் படிக்கக் கூடிய புத்தகங்களைக் கூட கொண்டு வந்து தந்து படிக்க வைத்தாள். நான் முதல் கிரேடில் நுழைந்ததுமே சிறுகதைகள் எழுதத் தொடங்கி அம்மாவின் ஒப்புதலுக்குக் கொடுப்பேன்.

என் உயர்நிலைப் பள்ளிப் படிப்பின் போது நான்

பள்ளியின் செய்தித் தாளின் ஆசிரியராக இருந்தேன். நான் விடுமுறையில் மிசௌரி பல்கலைக் கழகத்தின் மிகச் சிறந்ததாகக் கருதப்பட்ட ''ஜர்னலிசம்'' (பத்திரிகைத் துறைப் படிப்பு) படிப்பதாக இருந்தது.

அப்புறம்... நான் பள்ளியிலிருந்து படிப்பு முடித்து வெளிவந்த ஆறாவது வாரத்தில் என் அம்மா சமயலறையில் எனக்காக மதிய உணவு தயாரித்துக் கொண்டிருந்தவள் திடீரென இறந்து போனாள்.

அவள் திடீர் மறைவு என்னை மிகவும் பாதித்தது. 1940ல் கல்லூரி செல்ல வேண்டியவன், ஒரு காகிதத் தொழிற் சாலையில் வேலைக்குச் சென்றேன். 1942 ராணுவத்தில் சேர்ந்தேன். 1943 ல் அங்கு ஆபிசராகி விருது வாங்கினேன். நான் ''ஆபீசர் அன்ட் ஜென்டில்மேன்.'' நான் முப்பது குண்டுகள் வீசும் விமானங்களில் ஜெர்மனியின் மேல் பறந்து தாக்கினேன். என்னுடன் ஜிம்மி ஸ்டூவேர்டும் இருந்தார்... 445 வது அதிகமாக அழிவு செய்யும் குழுவில்... நல்ல மனிதர்.

நான் உலகப் போர் முடிந்து திரும்ப அமெரிக்கா வந்த போது, எங்களைப் போன்றவர்களுக்கு அதிக வேலை வாய்ப்புகளில்லை. அதுவும் எனக்கு ஹைஸ்கூல் படிப்பைத் தவிர வேறு எந்த கல்வித் தகுதிகளுமில்லை. பல நாட்கள் வேலையின்றித் திரிந்து பின்னர் ஓர் ஆயுள் காப்பீட்டுக் கழகத்தில் (லைப் இன்ஷூரன்ஸ் கம்பெனி) வேலைக்குச் சேர்ந்தேன். போர்க் காலத்தில் நான் காதலித்த பெண்ணை மணந்து கொண்டேன்.

தொடர்ந்த பத்து வருடங்கள் எங்களுக்கும், என்னுடைய அருமையான மகளுக்கும் நரகமாகவே இருந்தன. என்னதான் முயற்சி செய்து காலை, இரவு என்று பார்க்காமல் இன்ஷூரன்ஸ் வியாபாரம் செய்த போதும் வருமானம்

போதாமையில் மேலும் மேலும் கடன்களில் தான் விழுந்தோம். இன்றும் கடன்பட்டவர்கள் ஆர்வங்குலைந்து ஈடுபடும் செயல்களில் தான் நானும் ஈடுபட்டேன்.

ஒரு நீண்ட நாள், வேலைக்கான அலைச்சலுக்குப் பின் ஒரு பார் ரூமுக்குச் சென்று ஒரு 'டிரிங்' கொண்டு வரச் சொன்னேன். மிகக் கஷ்டமான நீண்ட உழைப்புக்குப் பிறகு ஒரு கோப்பை மது அருந்துவது குற்றமா என்ன? ஆனால், நாளடைவில் ஒன்று இரண்டாக, இரண்டு நான்காக, நான்கு ஆறு என்று ஏறிக் கொண்டே போக என்னுடைய நடவடிக்கை பிடிக்காததால், தாங்க முடியாமல் என் மனைவியும், மகளும் என்னை விட்டும் பிரிந்தனர்.

தொடர்ந்த இரண்டு ஆண்டுகளின் நினைவு பனிப்படலமாகவே இருக்கிறது. என்னுடைய பழைய 'போர்ட்' காரில் ஊர் ஊராகச் சுற்றித் திரிந்து மது பானக் கடைகளில் மலிவான மதுவகைகளை வாங்கிக் குடித்து இரவில் சாக்கடைகளில் கிடக்கும் ஈனப் பிறவியாக நரக வாழ்க்கை வாழ்ந்தேன்.

க்ளீவ்லாண்டில் ஒரு குளிர்கால விடியலில் நான் என் வாழ்க்கையை கிட்டத்தட்ட முடிக்க இருந்தேன். நான் ஓர் பெட்டிக் கடையின் ஜன்னலைக் கடக்கும்போது அங்கு ஒரு நாட்டுத் துப்பாக்கி விலைக்கு வைத்திருப்பதைப் பார்த்தேன். விலை 29 டாலர் என்றிருந்தது. என்னிடம் பையில் 30 டாலர் தான் இருந்தது. அதனாலென்ன? இந்தத் துப்பாக்கியையும், அதில் போட இரண்டு தோட்டாக்களையும் வாங்கி நான் தங்கியிருந்த இருட்டறைக்குப் போவோம். நெற்றிப் பொட்டில் துப்பாக்கியை வைத்து ஒரே அழுத்து.... அதற்குப் பின் இந்த வேதனைக்குரிய தோற்றுப் போன மனிதனைக் கண்ணாடியில் பார்க்க வேண்டிய அவசியம் இருக்காது.

அதன் பின் என்ன தான் என் மனதில் நிகழ்ந்தது என்று

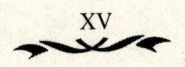

தெரியவில்லை. இப்போது வேடிக்கையாகச் சொல்லப் போனால், அப்போது எனக்கு என்னை நானே அழித்துக் கொள்ளும் அளவுக்குக் கூட தைரியம் இல்லை என்று தான் நினைக்க வேண்டும். நான் அந்த துப்பாக்கியை வாங்கவில்லை. பனி மழை பெய்து கொண்டிருந்தது. அந்தக் கடையினின்று விலகி, நான் கால் போன போக்கில் நடக்கத் தொடங்கினேன். நான் கடைசியில் வந்து சேர்ந்த இடம் ஒரு பொது நூலகம். அதன் உள்ளே, வெளியே இருந்த நவம்பரின் குளிருக்கு மாற்றாக வெது வெதுப்பாக இருந்தது.

நான் அந்த நூலகத்தின் பல புத்தகங்களைப் பார்த்துக் கொண்டே இறுதியில் நிறைய சுய முன்னேற்றம் பற்றிய புத்தகங்கள் இருந்த அலமாரி அருகே நின்றேன். அங்கு சுய உதவி, வெற்றி, ஊக்கம் பற்றிய புத்தகங்கள் பல இருந்தன. நான் சில புத்தகங்களுடன் அருகில் இருந்த மேஜை ஒன்றில் சென்று அமர்ந்து படிக்க ஆரம்பித்தேன். அவைகளில் என் மனதில் ஓடிய கேள்விகளுக்கு விடைகள் இருக்கின்றனவா என்று தேட ஆரம்பித்தேன். எங்கு தவறு நேர்ந்தது? நான் என் வெறும் பள்ளிப் படிப்பை மட்டும் வைத்துக் கொண்டு என்ன செய்ய முடியும்? எனக்கு நம்பிக்கை இருக்கிறதா? என் குடிப் பழக்கத்தை என்ன செய்வது? மிகவும் நாட்கள் கடந்து விட்டதோ? என் வாழ்க்கை ஏமாற்றம், தோல்வி, கண்ணீரிலேயே கரைய வேண்டியது தானா?

அந்த நூலக நுழைவு என்னைப் பல நூலகங்களுக்கு அழைத்துச் சென்றது. நான் ஆக்.மான்டினோவைத் தேடி பல இடங்களில் அலைந்தேன். வெற்றிக்கு வழிகாட்டும் பல புத்தகங்களைப் படித்த பிறகு என்னுடைய குடிப் பழக்கம் கொஞ்சம் கொஞ்சமாகக் குறைய ஆரம்பித்தது. நான் கான்கார்ட், நியூஹாம்ப்ஷைரில் இருந்த ஒரு நூலகத்தில் டபிள்யூ. க்ளமென்ட் ஸ்டோன் எழுதிய அற்புதமான ''*சக்ஸஸ் த்ரூ பாஸிடிவ் திங்க்கிங்*'' (*Success through Positive Thinking*)

என்ற புத்தகத்தைப் படிக்கும் வாய்ப்பு கிடைத்தது... அதன் பின்னர் என் வாழ்க்கை முற்றிலுமாக மாறியது.

எனக்கு ஸ்டோனின் தத்துவம் ஏற்புடையதாக இருந்தது. வாழ்க்கைக்கான உபயோகமான இலக்குகளை அடைய வேண்டுமானால் ஒருவர் அதற்கான விலையைக் கொடுக்கத் தயாராக இருக்க வேண்டும் என்பது தான் அவரது தத்துவம். நான் அவரிடம் சென்று வேலை பார்க்க ஆசைப்பட்டேன். அந்தப் புத்தகத்தின் உரையிலிருந்து கிளமென்ட் ''கம்பைன்ட் இன்ஷூரன்ஸ் கம்பெனி ஆப் அமெரிக்கா''வின் 'பிரசிடென்ட்'டாக இருப்பதாக அறிந்தேன். மிகுந்த தேடலுக்குப் பின் அந்தக் கம்பெனியின் ஓர் பிரிவு பாஸ்டனில் இருப்பதை அறிந்து அங்கு விற்பனையாளனாக விண்ணப்பித்தேன். அதே சமயம், என் மீதும், என் திறமை மீதும் நம்பிக்கை வைத்த ஒரு அழகான பெண்ணையும் சந்தித்தேன். 32 வயதான என்னை ஸ்டோனின் இன்ஷூரன்ஸ் கம்பெனிக்கு வேலைக்குச் சேர்த்துக் கொண்ட போது நான் பெட்டியை மணந்தேன். நாற்பது ஆண்டுகளாக நாங்கள் இணைந்து வாழ்கிறோம்.

ஓராண்டுக்குள் நான் சேல்ஸ் மானேஜராக பதவி உயர்வு பெற்றேன். அது குளிர் மிகுந்த திறந்த வெளி நிறைந்த வடக்கு மைனே என்ற இடத்தில். அங்கிருந்த பல உருளைக் கிழங்கு பயிர் செய்யும் விவசாய இளைஞர்களை வேலைக்குச் சேர்த்து, ஸ்டோனின் ஆக்கப் பூர்வமான சிந்தனையின் தத்துவங்களை கற்றுக் கொடுத்து விற்கச் செய்தேன். விரைவில் எங்கள் வியாபாரம் பல்கிப் பெருகி முந்தைய சாதனைகளை முறியடித்தது.

நான் ஒரு வாரம் விடுப்பு எடுத்துக் கொண்டு ஒரு டைப்ரைட்டரை வாடகைக்கு வாங்கி விற்பனைக் கையேடு ஒன்றைத் தயார் செய்தேன். எழுத வேண்டும் என்ற ஆர்வம்

என் இதயத்தில் இருந்ததால் தான் நான் அதை எழுதினேன். அது கிராம, மற்றும் பின் தங்கிய இடங்களில் இன்ஷூரன்ஸை எப்படி விற்பனை செய்வது என்பது பற்றியது. அதைப் பல முறை திருத்தங்கள் செய்து, சிகாகோவில் இருந்த கம்பைன்ட் இன்சூரன்ஸின் தலைமை அலுவலகத்திற்கு அனுப்பி வைத்தேன். என் ஆசை அவர்கள் வடக்கு மைனேயில் ஒரு சிறந்த திறமை புதைந்து கிடக்கிறது என்பதைப் புரிந்துக் கொள்ள வேண்டும் என்பதே.

ஆஹா! நினைத்தது நடந்தது. அடுத்து நாங்கள் செய்தது, பெட்டி. நான், எனது சிறு குழந்தையான மகன் டானா மூவரும் எங்கள் உடைமைகளை காரின் தலையில் ஏற்றிக் கொண்டு ஷிகாகோ பயணப்பட்டது. ஆம்! எனக்கு விற்பனை அபிவிருத்தி (சேல்ஸ் பிரமோஷன்) பிரிவில் நிறுவனத்தின் கையேடுகளை எழுதும் வேலைக்கு நியமனம் செய்திருந்தனர். கடைசியில்... நான் எழுத ஆரம்பித்து விட்டேன்.

மிஸ்டர் ஸ்டோன் ஒரு சிறிய நிறுவன சஞ்சிகையை ''வெற்றி குறைவில்லாதது'' (*Success Unlimited*) என்ற பெயரில் நிறுவன அலுவலர்களுக்காகவும், பங்குதாரர்களுக்காகவும் பிரசுரித்துக்கொண்டிருந்தார். நான் தலைமை அலுவலகத்தில் இருந்ததால் விரைவில் ஸ்டோனை என் நண்பராக்கிக் கொள்ள முடிந்தது. அப்போது அந்த பத்திரிகையின் ஆசிரியர் ஓய்வு பெற்றுச் செல்ல, நான் அந்தப் பொறுப்புக்கு துணிந்து விண்ணப்பித்தேன். நிஜத்தில் எனக்கு பத்திரிகை ஆசிரியராகப் பணியாற்றிய அனுபவம் எதுவும் கிடையாது. இருந்தாலும் ஸ்டோன் எனக்கு அந்தப் பதவியை தந்ததுடன் கூடவே ஒரு புதிய திட்டத்தை நிறைவேற்றும்படியும் கூறினார்.

நிறுவனத்திற்காக வெளிவந்து கொண்டிருந்த அந்தப்

பத்திரிகையை நாடெங்கும் வரக்கூடிய ஒரு பத்திரிகையாக மாற்றும்படி சொன்னதோடு, ஒரு வெற்றுக் காசோலையில் கையெழுத்து போட்டுக் கொடுத்து எனக்கு அதற்குத் தேவையான செலவுகளையும் பார்த்துக் கொள்ளச் சொன்னார். அடுத்த பத்தாண்டுகளில் பத்திரிகையில் வேலை செய்பவர்கள், இரண்டிலிருந்து அறுபத்தி இரண்டு ஆனது. அதன் விற்பனையும் கிட்டத்தட்ட இரண்டு லட்சத்து ஐம்பதாயிரம் ஆயிற்று!

பல மாதங்களுக்குப்பிறகு நான் அந்தப் பத்திரிகையின் ஆசிரியராக, விரைவில் வரப் போகும் அடுத்த இதழுக்கு ஒரு கட்டுரை தேவையாக இருந்தது... அந்த சமயம் அந்த இடத்தை நிரப்பப் பொறுத்தமான கட்டுரை எதுவும் எங்களிடம் இல்லை. கோல்ப் விளையாட்டு பிரியனான நான் அன்று இரவு வீடு சென்றதும், விளையாட்டு வீரன் பென் ஹோகன் பற்றி ஓர் கட்டுரையை எழுதினேன். ஓர் கார் விபத்தில் அவர் கால்கள் பாதிக்கப்பட்டு இனி நடக்கவே முடியாது என்று மருத்துவர்கள் சொல்லி அனுப்பிய பிறகு அவர் மீண்டும் நடக்க மட்டும் செய்யவில்லை. ''நேஷனல் ஓபனி'' ல் விளையாடி விருது பெற்றார்.

அந்தக் கட்டுரை ''சக்ஸஸ் அன்லிமிடட்''டில் பிரசுரமானது. அதற்குப் பின்னர் விதி பொறுப்புகளை ஏற்றுக் கொண்டது. நியூயார்க் பப்ளிஷர் ஒருவரிடமிருந்து ஓர் கடிதம்.... எழுத்தாளர்கள் கனவு காணும் ஓர் கடிதம். அவர் நான் எழுதிய ஹோகன் கட்டுரையை மிகவும் ரசித்ததாகவும், நான் ஒரு புத்தகம் எழுத விரும்பினால் அதை வெளியிட அவர்கள் தயாராக இருப்பதாகவும் கூறியிருந்தார்.

பதினெட்டு மாதங்களுக்குப் பின் நாங்கள் ''உங்களுக் குள் உள்ள விலையில்லா ஆற்றல்'' என்ற சிறிய புத்தகத்தை வெளியிட்டோம். ஆக்.மான்டினோ என்பது அதிகம்

கேள்விப்படாத பெயராக இருந்ததால் 5000 பிரதிகளே பதிவானது. ரிச் தேவோஸ், உதவி நிறுவனர், ஆம்வே கார்ப்பரேஷனின் ஆம்வே கன்வென்ஷனில் என்னுடைய விற்பனையாளன் புத்தகத்தைப் பற்றிக் குறிப்பிட்டு, அது அவர்களில் பலருக்கு உதவியாக இருக்கலாம் என்று பேசியிருக்கிறார். ''உங்களுக்குள் உள்ள விலையில்லா ஆற்றல்'' ஆக்.மான்டினோ என்ற விநோதமானப் பெயரைத் தாங்கியிருந்தது. ரிச் தேவோஸின் பரிந்துரை என் புத்தகத்தின் விற்பனையை எதிர்பார்க்க முடியாத அளவுக்கு உயர்த்தியது. இரண்டு ஆண்டுகளில் 350,000 பிரதிகள் விற்ற நிலையில் பான்டம் புக்ஸ் அதை பேப்பர் பாக் பிரதிகளாக வெளியிடும் உரிமையைப் பெற்றுக் கொண்டது.... நான் எதிர்பாராத அளவு விலைக்கு... அதன் பின்னர் இந்தப் புத்தகத்தின் விற்பனை நிற்கவேயில்லை. இன்றும் கூட, வெளிவந்து முப்பது ஆண்டுகள் கடந்த பின்னும், 100,000 பிரதிகள் ஒவ்வொரு மாதமும் விலை போகிறது.

பல ஆண்டுகள் ஓடி விட்டன. 80லிருந்து 120 கடிதங்கள் வரை எனக்கு ஒவ்வொரு வாரமும் வருகின்றன. அவற்றை எழுதுவது நன்றியைத் தெரிவிக்கும் புத்தகத்தைப் படித்துப் பயனடைந்தோர். அவர்கள் வாழ்க்கையை இந்தப் புதினம் எப்படி மாற்றி அமைந்தது என்பதை என்னுடன் பகிர்ந்து கொள்கின்றனர். இதில் அதிசயம் என்னவென்றால் இவர்களில் பல பிரபலங்களும் அடங்குவர். வணிகம், பொழுது போக்கு, விளையாட்டு என்று பல துறைகளிலிருந்து வரும் இவர்கள் எல்லோர் கடிதங்ககளுக்கும் நான் பதில் அனுப்புகிறேன். அந்தரங்கம் கருதி அவர்கள் பெயர்களை நான் வெளியே சொல்ல மாட்டேன்.

நான் தான் எவ்வளவு அதிர்ஷ்டசாலி!

என் அன்பான அன்னை மறைந்து அரை நூற்றாண்டு

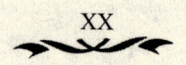

ஆகிவிட்டது. சொர்க்கம் என்ற ஒன்று இருக்குமானால், அங்கிருந்து என் அன்னை தன் குழந்தையின் சாதனையைப் பார்த்து பெருமைப்படுவாளோ.... நான் நிச்சயம் நம்புகிறேன்.

இதோ, நான் உங்களுக்கு "உங்களுக்குள் உள்ள விலையில்லா ஆற்றலை" அறிமுகம் செய்கிறேன்.

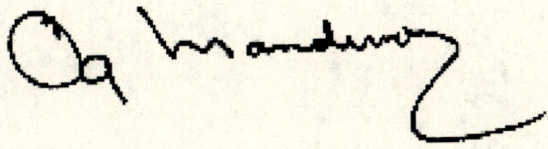

அத்தியாயம் ஒன்று

"என் கண்களில் மட்டுமே இன்னும் இளமை தெரிகிறது" என்று தனக்குதானே சொல்லிக் கொண்டார் ஹபீத். அவர் உருவத்தை பிரதிபலித்த அந்தப் பகட்டான வெண்கலக் கண்ணாடியும், சுற்றி இருந்த கருப்பு மணிகளால் உயர்ந்த தூண்களும், தங்கமும், வெள்ளியும் இழைக்கப்பட்ட விதானங்களும், வழவழப்பான பளிங்குத்தரையும், உயர்ந்த ரக மரங்களால் செய்யப்பட்டு தந்தங்கள் இழைத்த மேஜையும் அவரது மாளிகையின் செல்வச் செழிப்பை பறைசாற்றின. அவர் தனது தளர்ந்த நடையில் இவற்றை கடந்து சென்றார்.

ஆமை ஓடு பதித்த இருக்கைகள், விலைமதிப்பற்ற கற்கள் பாவி அலங்கரிக்கப்பட்ட சுவர்கள், மிக அழகான வேலைப்பாடுகள் செய்யப்பட ஒவ்வொரு பொருளும், வெண்கல பூச்சாடிகளில் விரிந்த செடிகளும், மலர்களும் என்று ஹபீதின் மாளிகையின் ஆடம்பரம் அவரை சந்தேகமில்லாமல் ஒரு செல்வந்தனாகக் காட்டின.

அருகில் தெரிந்த பூந்தோட்டத்தைக் கடந்து, கடைசியில்

மாளிகையில் இருந்து சற்று தூரத்திலிருந்த பொருட்கள் வைக்கும் நிலவறையை அடைந்தார் ஹபீது. அவரது பிரதான உதவியாளர் எராஸ்மஸ் அதன் வாசலருகே காத்திருந்தார்.

''வணக்கம், ஐயா.''

ஹபீத் மௌனமாகத் தலையசைத்து விட்டு உள்ளே சென்றார். தன்னை எதற்காக இந்த இடத்தில் சந்திக்கச் சொன்னார் என்பது புரியாதவராய் எராஸ்மஸ் தன் எஜமானைப் பின் தொடர்ந்தார். வண்டிகளிலிருந்து பொருள்கள் இறக்கப்பட்டு அவை அதற்குரிய இடங்களில் சரிபார்த்து வைக்கப்படுவதை பார்த்தபடி நின்றார் ஹபீத்.

கம்பளங்கள், மெல்லிய துணிகள், காய்ந்த பதனிடப்பட்ட தோல், தரைவிரிப்புகள், கண்ணாடி, இலைகள், தேன் மற்றும் எண்ணை வகைகள், பருப்பு வகைகள், துணிமணிகள், பால்மைரா என்ற இடத்திலிருந்து மருந்துகள், இஞ்சி, லவங்கம் போன்ற வாசனைப் பொருட்கள், அரபு நாட்டு விலை உயர்ந்த கற்கள், சோளம், காகிதம், பளபளக்கும் கருங்கற்கள், எகிப்து நாட்டின் சலவைக் கற்கள், பாபிலோனிலிருந்து ஓவியத் திரைகள், ரோமிலிருந்து வண்ண ஓவியங்கள், கிரீஸிலிருந்து அழகிய சிலைகள்... அப்பப்பா... எத்தனை விதமான பொருட்கள்? மெல்லிய நறுமணம் அந்த இடத்தில் பரவியிருந்ததை ஹபீதின் முதுமையான நாசிகளின் நுண்ணிய வாசத்தையும் உணரும் திறன் தவற விடவில்லை. இனிக்கும் ப்ளம், ஆப்பிள், பாலாடைக் கட்டி, மற்றும் இஞ்சியின் வாசனை அழுத்தமாக உணர முடிந்தது.

அவர் எராஸ்மசைப் பார்த்தார். ''நண்பனே... நம்முடைய பொக்கிஷ அறையில் எவ்வளவு செல்வம் சேர்ந்திருக்கும்?'' என்று கேட்டார். எராஸ்மஸ் திகைத்தார். ''ஏன்... நிறையவே...''

ஆக் மாண்டினோ

"எவ்வளவு என்று சொல்ல முடியுமா?"

"என்னால் துல்லியமாகச் சொல்ல முடியாது. ஆனால், நிச்சயமாக ஏழு மில்லியன் தங்கத்திற்கு மேல் இருக்கும்."

நம்மிடம் உள்ள அத்தனை பொருட்களையும் தங்கமாக மாற்றினால் அது இன்னும் எவ்வளவு கொண்டு வரும்?

"நம்முடைய கணக்கெடுப்பு இன்னும் முடியவில்லை, இருந்தாலும், இன்னும் மூன்று மில்லியன் தங்கம் நிச்சயம் கிடைக்கும்."

ஹபீத் தலையசைத்தார். "இதற்கு மேல் பொருட்கள் வாங்க வேண்டாம். இங்குள்ள அத்தனை பொருட்களையும் விற்று தங்கமாக மாற்ற உடனே நடவடிக்கை எடுங்கள்" என்றார்.

எராஸ்மஸ் திடுக்கிட்டார். அவரிடமிருந்து பதில் வரவில்லை. மிகுந்த சிரமத்துடன் பின் பேசினார்.

"எனக்கு விளங்கவில்லை. இந்த ஆண்டு நமக்கு மிகவும் லாபகரமான ஒன்று. ஒவ்வொரு நிறுவனமும் அதிகமான வியாபாரத்தைக் காட்டுகின்றது. ரோமானியர்கள் கூட நம்முடன் வர்த்தகம் செய்ய ஆரம்பித்து நமது வாடிக்கையாளர்கள் ஆகிவிட்டனர். நீங்கள் இருநூறு அராபியக் குதிரைகளை ஜெருசலத்தின் பிரதிநிதிக்கு விற்கவில்லை? என்னை மன்னியுங்கள். உங்கள் ஆணைகளுக்கு எதிராக நான் என்றுமே கேள்விகள் எழுப்பியதில்லை. ஆனால், இன்று... இதை... என்னால் புரிந்துக் கொள்ள முடியவில்லை..."

ஹபீத் புன்னகையுடன் மென்மையாக எராஸ்மசின் கரங்களைப் பற்றிக் கொண்டார்.

"என் நம்பிக்கைக்குரிய நண்பனே... பல ஆண்டுகளுக்கு முன் நான் உன்னை வேலையில் அமர்த்திய போது கொடுத்த

உங்களுக்குள் உள்ள விலையில்லா ஆற்றல்

முதல் உத்தரவு உனக்கு நினைவிருக்கிறதா?''

ஒரு கணம் யோசித்த எராஸ்மஸ், முகமலர்ச்சியுடன் பதில் தந்தார். ''ஒவ்வொரு ஆண்டும் நமக்குக் கிடைக்கும் லாபத்தில் பாதியை ஏழை, எளிய மக்களின் நலனுக்கு ஒதுக்குவோம் என்பது தானே?''

''அப்போது அதைக் கேட்ட நீ, நான் செய்வது ஒரு முட்டாள் தனமான வியாபாரம் என்று நினைக்கவில்லை?''

''ஆம்... அன்று அது எனக்கு மகிழ்ச்சி தரவில்லை''

ஹபீத் மெல்லத் தலையசைத்தார். ''இன்று அது ஆதாரமில்லாத கவலை என்று உனக்குத் தோன்றவில்லை?''

''ஆமாம், ஐயா''

''அப்படியானால், இன்றும் என் முடிவின் மேல் நம்பிக்கை வை. நான் என் திட்டங்களை விளக்கும் வரை பொறுத்திரு. எனக்கு வயதாகி விட்டது. எனது தேவைகள் மிகக் குறைவு. என்னுடைய உயிரான லிஷா என்னிடமிருந்து பிரிந்த பின், இத்தனை காலங்கள் நான் அனுபவித்த சந்தோஷங்களுக்குப் பிறகு என்னிடம் உள்ள ஆசை, என் செல்வம் முழுவதையும் இந்த நகரத்தில் உள்ள ஏழைகளுக்கு பகிர்ந்து தருவது தான். என்னுடைய எஞ்சிய வாழ்க்கையை சிரமம் இன்றி நடத்தத் தேவையான செல்வம் எனக்குப் போதும். தவிர, நம்முடைய கடைகளைப் பல காலமாக நடத்தி வரும் வணிகர்களுக்கு அந்தக் கடைகளை அவர்களுக்கே சொந்தமாக்கி விடத் தேவையான சாசனங்களைத் தயார் செய். அவர்கள் இத்தனை வருஷங்கள் நம்மிடம் காட்டிய விசுவாசத்திற்குப் பரிசாக ஒவ்வொருவருக்கும் ஐந்து ஆயிரம் தங்கங்கள் தரலாம். அதைக் கொண்டு அவர்கள் தங்கள் தொழிலை அவர்கள் விருப்பம் போல் மேம்படுத்தட்டும்.''

ஆக் மாண்டினோ

வாயைத் திறந்து ஏதோ சொல்ல வந்த எராஸ்மசை கையமர்த்தினார் ஹபீத். ''இந்த வேலை உனக்கு மிகுந்த மன வருத்தத்தைத் தருகின்றதோ?''

எராஸ்மஸ் புன்னகை செய்தார். ''இல்லை, எனக்கு நீங்கள் இந்த முடிவுக்கு வந்ததன் காரணம் தான் புரியவில்லை. உங்கள் இறுதி நாட்கள் வந்து விட்டது போல் பேசு கிறீர்கள்''.

''இது தான் உன் குணம் எராஸ்மஸ். நீ உன்னைப் பற்றி நினைக்காமல் என்னைப் பற்றி சிந்திக்கிறாய். இந்த வியாபார சாம்ராஜ்யம் முடிவுக்கு வந்த பிறகு உன்னுடைய எதிர்காலம் என்ன என்று யோசித்தாயா?''

''நாம் பல காலமாக நண்பர்களாக இருந்து வருகிறோம். இன்று திடீரென்று உங்களைத் தவிர்த்து என்னைப் பற்றி மட்டும் என்னால் எப்படி நினைக்க முடியும்?''

ஹபீத் நண்பனை ஆரத் தழுவிக் கொண்டார். ''தேவையில்லை. நான் உன் பெயரில் உடனடியாக ஐம்பதாயிரம் தங்கம் மாற்றச் சொல்கிறேன். நான் உன்னிடம் வேண்டுவது ஒன்று தான். ஆனால், அன்று ஒரு நாள் செய்த சத்தியம் நிறைவேறும் வரை நீ என்னுடன் இருக்க வேண்டும். அது நிகழ்ந்த பின் இந்த மாளிகையும், இந்த பொருட்கிடங்கும் உனதாகி விடும். நானும் என்னுடைய லிஷாவைச் சேரத் தயாராகிவிடுவேன்...''

எராஸ்மஸ் அவருடைய எஜமானனை அதிர்ச்சியுடன் பார்த்தார். ''ஐம்பதாயிரம் பொன்... இந்த மாளிகை... இத்தனை பெரிய நிலவறை நான் அதற்குத் தகுதியானவன் அல்ல...'' என்றார்.

ஹபீத் தலையசைத்தார். ''உன்னுடைய நட்பை நான் என்னுடையபொக்கிஷமாகநினைத்துக்கொண்டிருக்கிறேன்.

உங்களுக்குள் உள்ள விலையில்லா ஆற்றல்

உன்னுடைய விசுவாசத்திற்கு முன் நாள் உனக்கு அளிப்பது பெரிதல்ல. நீ மற்றவரிடம் காட்டும் கரிசனமும், அன்பும் மனிதரில் ஒரு சிலரிடமே பார்க்க முடியும். நீ இப்போது செய்ய வேண்டியது எத்தனை விரைவாக என் கட்டளையை நிறைவேற்றுகிறாய் என்பது தான்...! என் நேரம் நெருங்கிக் கொண்டிருக்கிறது.''

எராஸ்மஸ் தன் கண்ணீரை மறைக்க முகத்தைத் திருப்பிக் கொண்டார். "அது என்ன சத்தியம் காப்பாற்றி நிறைவேற்ற வேண்டியது? சகோதரர்களை விடவும் பாசத்துடன் பழகிய போதும் நான் அவர் அதைப் பற்றிப் பேசிக் கேட்டதில்லையே'' என்று எண்ணிக் கொண்டார்.

ஹபீத் புன்னகை செய்தார். "நீ என் இந்தக் கட்டளையை நிறைவேற்றியபின், நான் உன்னை மீண்டும் பார்ப்பேன். அப்போது அந்த ரகசியத்தை உன்னிடம் கொள்கிறேன்... அது எனக்கும், என் மனைவிக்கும் மட்டுமே முப்பது ஆண்டுகளாகத் தெரிந்தது...''

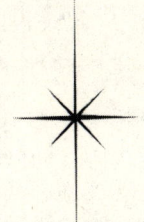

அத்தியாயம் இரண்டு

ஹபீதின் ஆணைப்படி டமாஸ்கஸிலிருந்து, அவரின் வியாபார வளாகங்களை நிர்வகிக்கும் வணிகர்களின் பெயரில் மாற்றப்பட்ட தங்கம், மற்றும் பத்திரங்கள் மிகுந்த பாதுகாப்புடன் அனுப்பப்பட்டன. ஜோப்பாவின் ஒபதிலிருந்து, பெட்ராவின் ரூயல் வரை ஹபீதின் நிரந்தர ஓய்வு, தவிர அவர் அளித்துள்ள அபாரமான பரிசு அதிர்ச்சி கலந்த அமைதியை உருவாக்கியது. கடைசி நிறுத்தமான ஆண்டிபட்ரிஸ் வணிக நிறுவனத்துடன் அந்த நீண்ட நெடிய பாலைவனப் பயணம் முடிவுக்கு வந்தது.

ஒரு பெரிய பலம் வாய்ந்த வணிக சாம்ராஜ்யம் இனி இல்லை.

கனத்த இதயத்துடன் ஹபீதின் பெயர் தாங்கிய அந்த வியாபாரக் கிடங்கு காலியாகி விட்ட செய்தியை தனது தலைவருக்கு அனுப்பி வைத்தார் எராஸ்மஸ். அந்த தூதுவன் ஏராஸ்மசை அவர்கள் கோவிலை சுற்றியுள்ள பிரகாரத்தின் அருகே உள்ள நீரூற்றின் பக்கம் வந்து அவரைச் சென்று

பார்க்கச் சொன்ன செய்தியுடன் திரும்பி வந்தான்.

ஹபீத் நண்பனின் முகத்தைப் பார்த்துக் கேட்டார்.

''நான் சொன்னவற்றை செய்து முடித்து விட்டாயா?''

''முடித்து விட்டேன்.''

''வருந்தாதே... என்னுடன் வா.''

அவர்களின் காலடி ஓசையின் எதிரொலி தவிர வேறு எந்த சப்தமும் இல்லாத அந்த பிரம்மாண்டமான அரங்கத்தின் பின்னால் இருந்த சலவைக் கற்கள் பதித்த மாடிப்படிகளில் ஏறினார். மிகச் சிறந்த மரத்தினாலான உயரமான மேடை மீது வீற்றிருந்த கண்ணாடிப் பேழை மீது சூரிய ஒளிப் பட்டு வண்ணங்கள் சிதறுவதை ஓர் வினாடி நின்று ரசித்தார். அவர் முகத்தில் புன்னகை மலர்ந்தது.

அந்தப் பெரிய கட்டிடத்தின் விதானத்தின் உட்புறத்தில் அமைந்திருந்த ஓர் அறையை நோக்கிச் சென்ற படிகளில் நண்பர்கள் ஏறினர். அங்கு காவலுக்கு இருக்கும் பாதுகாப்பாளன் அங்கு இல்லாததை ஏராஸ்மஸ் கவனித்தார். பல படிகளைக் கடந்து அந்த அறையின் வாசற்கதவை நெருங்கியபோது இருவருக்கும் மூச்சு வாங்கியது. இரண்டாவது தளத்தில் இருந்த அந்த அறையின் பூட்டியிருந்த கதவை ஹபீத் இடுப்பிலிருந்து ஒரு சாவியை எடுத்துத் திறந்தார். விலை மதிப்பற்ற மரத்தினால் ஆன அந்த கனமான கதவு திறக்கப்பட்டது. தனது எஜமானின் அழைப்புக்காக உள்ளே செல்லாமல் திகைப்புடன் வெளியிலேயே நின்றார் எராஸ்மஸ். அந்த அறைக்குள் முப்பது வருஷங்களாக எவருமே சென்றதில்லை என்று அவருக்குத் தெரியும்.

மேலேயிருந்த கோபுரத்தின் இடைவெளிகளிலிருந்து பாய்ந்த மங்கலான ஒளியில் தூசு படர்ந்த அந்த அறையின் அறையிருட்டு கண்களுக்குப் பழகும் வரை தனது நண்பன்

ஆக் மாண்டினோ

ஹபீதின் தோள்களைப் பற்றிக் கொண்டு தயக்கத்துடன் நின்றார் எராஸ்மஸ். அவர் பார்வை அந்த அறையின் மூலையில் சூரிய ஒளி நேராக விழும் இடத்தில் இருந்த செடார் பேழையின் மீது விழுந்தது. ஏனெனில், அதைத்தவிர அந்த அறையில் வேறு எந்தப் பொருளும் இல்லை.

''உனக்கு ஏமாற்றமாக இருக்கிறதா, எராஸ்மஸ்?''

''சொல்லத் தெரியவில்லை.''

''இந்த அறையின் வெறுமை உனக்கு ஏமாற்றத்தைத் தரவில்லை? இந்த அறையைப் பற்றி எத்தனை விதமான வதந்திகள் உலவின என்று உனக்குத் தெரியுமே? நான் இத்தனைகாலமாகஇந்தஇடத்தைஇந்தஅளவுபாதுகாப்புடன் காத்து வந்தது உனக்கு நிச்சயமாக ஆச்சரியமாக இருக்கும்.''

எராஸ்மஸ் ஆம் என்பது போல் தலையசைத்தார்.

''உண்மை, பல ஆண்டுகளாக எஜமானர் எதை இந்த கோபுரத்தின் உச்சியில் பாதுகாத்து வருகிறார் என்பதைப் பற்றிப் பல பேச்சுகளும், வதந்திகளும் இருந்தன...''

''எனக்குத் தெரியும். இங்கு ஏராளமான வைரங்கள், தங்கத் தகடுகள், இல்லை பயங்கரமான மிருகங்கள், அல்லது அபூர்வமான பறவைகள் இவைகள் மறைத்து வைக்கப்பட்டிருந்ததாக பல ஊகங்கள் உலவின. ஓர் பாரசீக கம்பள வியாபாரி இங்கே எனது அந்தப்புரமும், தாசிகளும் இருப்பதாகக் கூட நினைப்பதாக குறிப்பாகக் கூறினார். அதைக் கேட்ட போது லிஷா சிரித்தது எனக்கு நினைவில் உள்ளது. ஆனால், இங்கு அந்தச் சிறிய பேழையைத் தவிர வேறேதுவுமே இல்லை என்பதே நீயே இப்போது பார்க்கிறாய்... வா...'' என்று அழைத்துச் சென்றார் ஹபீத்.

இருவரும் அதன் அருகே சென்றதும் ஹபீத் குனிந்து அந்தப் பேழையின் மேல் சுற்றியிருந்த தோல் பட்டியை அகற்றினார்.

சற்று நேரம் ''செடார்'' மரத்தின் நறுமணத்தை ஆழ்ந்து அனுபவித்த பின் அந்தப் பேழையின் மூடியைத் திறந்தார். எராஸ்மஸ் நண்பரின் தோளின் வழியாக அந்தப் பேழையின் உள்ளே என்ன இருக்கிறது என்று ஆர்வத்துடன் நோக்கினார். உள்ளேயிருந்த பொருளைப் பார்த்ததும் அவருக்கு திகைப்பும், ஆச்சரியமும், அதிர்ச்சியும் ஏற்பட்டன. அந்த உணர்ச்சிகளுடன் தன எஜமானரின் முகத்தை நோக்கித் தலையசைத்தார். ஏனெனில், அந்தப் பேட்டியின் உள்ளே இருந்த வெறும் சுருள்கள்... தோலினாலான சுருள்கள்...

ஹபீத் அந்தச் சுருள்களை மிருதுவாக கையில் எடுத்துத் தன் மார்புடன் அணைத்துக் கொண்டார். அவர் முகத்தில் அப்போது வந்த அசாதாரண அமைதி அவர் முகத்தில் இருந்த முதுமையின் கீற்றுக்களைக் கூட அழித்தன.

''நீ இந்தப் பேழையில் பார்த்த இந்தப் பொருளின் மதிப்பு இந்த அறையின் உயரத்திற்கு வைரக்கற்களால் நிரப்பி இருந்தால் கூட உள்ள மதிப்பை விட அதிகமானது. என்னுடைய எல்லா வெற்றிகளுக்கும், மகிழ்ச்சி, அன்பு, மன அமைதி எல்லாவற்றிற்கும் காரணம் இந்த சுருள்களில் அடங்கியிருக்கின்றது. நான் இதற்கும், இதை எனக்கு அளித்தவருக்கும் பட்டுள்ள கடன் அடைக்க முடியாதது.''

ஹபீதின் குரலின் ஆழமும், முகத்தின் மாற்றமும் எராஸ் மசுக்கு சற்று அச்சத்தைத் தந்தது.

''இதுதானா நீங்கள் அன்று சொன்ன ரகசியம்? இந்தப் பேழை தானா அன்று நீங்கள் நிறைவேற்ற வேண்டியதாகக் கூறிய சத்தியம்?''

''உன் இரண்டு கேள்விகளுக்கும் பதில் ஆம்.''

எராஸ்மசுக்கு வியர்த்தது. நெற்றியைத் துடைத்தபடி அவர் கேட்டார். ''இந்த சுருள்களில் அப்படி என்ன

வைரத்தின் மதிப்பை விட அதிகமான கலாச்சாரம் எழுதப்பட்டிருக்கின்றது?''

''ஒரு சுருளைத் தவிர மற்றவைகளில் ஒரு கொள்கை, ஒரு சட்டம், ஒரு ஆதாரமான உண்மை என தனித்துவத்துடன் படிப்பவருக்கும் புரியும் வகையில் எழுதப்பட்டு உள்ளது. ஒருவன் வணிகத்தில் எஜமானனாக இந்தச் சுருள்களில் உள்ள ரகசியங்களைப் புரிந்து அறிந்து கொள்ள வேண்டும். அப்படி ஒருவன் இந்தக் கொள்கைகளை உணர்ந்து செயல்பட்டால் அவன் விரும்பிய செல்வத்தை அடையக் கூடிய சக்தியைப் பெறுவான்.''

எராஸ்மஸ் நம்பிக்கையில்லாமல் அந்த பழைய தோல் சுருள்களைப் பார்த்தார்.

''உங்களைப் போலவா?''

''என்னை விடவும் அதிகமாக... அந்த ஆள் விரும்பினால்!''

''ஒரே ஒரு சுருளைத் தவிர்த்து மற்றவைகளில் தான் வியாபாரக் கொள்கைகள் உள்ளது என்றீர்கள். அந்த ஒரே ஒரு கடைசி சுருளில் என்ன இருக்கிறது?''

''அது உண்மையில் கடைசிச் சுருள் அல்ல; முதல் சுருள். அதில் தான் மற்ற சுருள்களில் உள்ளவற்றை எந்த வரிசையில் படிக்கவேண்டும் என்பது சொல்லப்பட்டுள்ளது. அந்த முதல் சுருளில் உள்ள ரகசியம் உலகின் மிக அறிவாளிகளான ஒரு சிலருக்கு மட்டுமே கிடைத்த ஒன்று. உண்மையில் மற்றவைகளை உணர்ந்து சரியான முறையில் புரிந்து கொள்ள இதை முதலில் புரிந்து கொள்வது அவசியம்.''

''மிகச் சிரமமான காரியமாகத் தோன்றுகிறது.''

''ஆம். அதில் மிக எளிமையான காரியம் ஒவ்வொரு

உங்களுக்குள் உள்ள விலையில்லா ஆற்றல்

கொள்கையையும் நேரம் மற்றும் மனதை ஒரு நிலைப் படுத்தி அவரது தனிமனித சிறப்பியல்பாக மாற வேண்டும். அது கடைசியில் அவரது வாழ்க்கையில் ஒரு பழக்கமாக மாறும் வரை...''

எராஸ்மஸ் பேழையின் அருகில் சென்று அதிலிருந்து ஒரு சுருளை மிகவும் கவனமாக எடுத்து தன் விரல்களினால் பற்றி ஹபீதின் முன் காட்டினார்.

''என்னை மன்னியுங்கள். நீங்கள் ஏன் இந்தக் கொள்கைகளை உங்களுக்காக வேலை செய்த மற்றவர்களுடன் பகிர்ந்து கொள்ளவில்லை? மிகவும் தாராள மனதுடைய உங்களுக்கு ஏன் இந்த வாய்ப்பையும், அறிவையும் மற்றவர்களும் அறிந்து உணர்ந்து செல்வம் பெற வேண்டும் என்று நினைக்க முடியவில்லை? அவர்களும் இதனால் தங்கள் வியாபாரத்தில் மேம்பட்டிருப்பார்களே? இத்தனை ஆண்டுகள் இந்தக் கொள்கைகளை உங்களுக்குள்ளேயே ஏன் புதைத்து வைத்திருந்தீர்கள்?''

''எனக்கு வேறு வழியில்லை. பல ஆண்டுகளுக்கு முன் இந்தச் சுருள்கள் என்னிடம் கொடுக்கப்பட்டபோது பிறப்பிக்கப்பட்ட ஆணை அது. நான் இதை ஒரே ஒருவரிடம் மட்டுமே பகிர்ந்து கொள்ள அனுமதி. அதற்கான காரணம் நான் அறியேன். நான் இந்தக் கொள்கைகளைப் பின்பற்றி, அந்த ஒருவனுக்காகக் காத்திருக்க வேண்டும். ஒரு நாள் அவனுக்கு நான் இளமையில் இருந்த போது இருந்த தேவையை விட இந்தக் கொள்கைகள் அதிகம் பயன்படும் வகையில் இருக்கும். அதை நான் அறிந்து அவனிடம் இதை ஒப்படைக்க வேண்டும் என்பது தான் எனக்கு கிடைத்த உத்தரவு.''

நான் அதற்காகப் பொறுமையாகக் காத்திருந்தேன். என் வாழ்க்கையில் அந்தக் கொள்கைகளைப் பின்பற்றி வெற்றி

ஆக் மாண்டினோ

பெற்றேன். மிகச் சிறந்த வணிகன் என்ற பெயர் பெற்றேன். உனக்கு இப்போது ஏன் என் சில நடவடிக்கைகள் புரியாமல் இருந்தது என்றும், ஆனால் அவை எனக்கு முடிவில் வெற்றியை கொடுத்தது என்றும், புரிந்திருக்க வேண்டும். நான் எடுத்த நடவடிக்கைகளும், முடிவுகளும் இந்த சுருள்களில் காட்டிய வழியில் தான். இதற்கு என்னுடைய புத்திசாலித்தனம் மட்டும் காரணம் அல்ல. நான் ஒரு கருவியாகவே பயன்பட்டேன்.''

''இதைப் பெற்றுக் கொள்ளத் தகுதி உள்ள ஒருவன் வருவான் என்று நீங்கள் நம்புகிறீர்களா?''

''ஆமாம்.''

ஹபீத் அந்த சுருள்களை மென்மையாக அந்தப் பேழைக்குள் வைத்து மூடினார். பின் மெல்லிய குரலில் கேட்டார். ''அந்த நாள் வரும் வரை என்னுடன் நீ இருப்பாயா, எராஸ்மஸ்?'' இருவரும் கைகளைக் கோத்துக் கொண்டு சற்று நேரம் அமைதி காத்தனர். எராஸ்மஸ் தன் எஜமானனிடமிருந்து பேசாத வார்த்தைகளில் மௌனமாக ஒரு கட்டளை பெற்றது போல் உணர்ந்து மெதுவாக நடந்து அறையை விட்டு வெளியேறினார். ஹபீத் பேழையை மூடி அதன் மேல் தோல்பட்டையை முன்னால் இருந்தது போல் வைத்தார். அங்கிருந்து நடந்து சென்று அந்த கோபுரத்தின் சிறிய வாசல் வழியே வெளியேறி அந்த பிரம்மாண்டமான விதானத்தின் மேல் சுற்றிச் சூழ்ந்திருந்த சாரத்தின் மேல் நின்றார்.

கிழக்கிலிருந்து வீசிய காற்று ஏரி மற்றும் தொலைவிலிருந்து பாலைவனம் இவற்றின் மணத்தைச் சுமந்து வந்து அவர் முகத்தில் வீசியது. டமாஸ்கஸ் நகரின் அந்த உயரத்தில் நின்று உலகைப் பார்க்கையில் அவர் எண்ணங்கள் பல வருஷங்கள் பின்னோக்கித் தாவிச் சென்றன.

அத்தியாயம் மூன்று

"மௌன்ட் ஆலிவஸி"ல் அது ஓர் குளிர் கால இரவு. ஜெருசலத்திலிருந்து கிட்ரன் (kidran) பள்ளத்தாக்கின் குறுகிய பாதை வழியே தோல் எரிகின்ற துர்நாற்றம் டர்பன்டைன், ஊதுபத்தி இவைகளின் வாசனைகளுடன் சேர்ந்து கோவிலிலிருந்து மிதந்து வந்து கொண்டிருந்தது.

பெத்பெஜ் கிராமத்திலிருந்து சரிந்து வந்த மலைப்பாதையில் ஒரு பெரிய பாலைவன வியாபாரிகளின் பயணம் ஓய்ந்து உட்கார இடம் தேடியது. அது பால்மைரா வைச் (palmyra) சேர்ந்த பாத்ரோஸ் (pathros) என்ற பிரபல வணிகருடையது. அவருடைய பிரியத்துக்குரிய அவர் குதிரை கூட இலைகளைச் சுவைப்பதை நிறுத்தி விட்டு ஓய்ந்து போய் அமர்ந்தது.

அமைதியான கூடாரங்களைத் தாண்டி நான்கு பழைய ஆலிவ் மரங்களைச் சுற்றி அடர்ந்த நார்ச் செடிகளின் வட்டங்கள் சூழ்ந்திருந்தன. சதுரமாக அமைந்திருந்த அந்தத் தொழுவம் போன்ற இடத்தில் ஒட்டகங்களும்,

கழுதைகளும் ஒன்றையொன்று உடல் சூட்டுக்காக உரசிக் கொண்டு படுத்துக் கிடந்தன. சாமான்கள் வைக்கப்பட்டு பாதுகாப்பாக இரண்டு காவலர்கள் பார்வையில் இருந்தனர். செம்மறியாட்டின் முடியால் ஆன சுவருடன் கூடிய பாத்ரோசின் பெரிய கூடாரத்தின் நிழலைத் தவிர அந்த இடத்தில் வேறு எந்த அரவமோ, நடமாட்டமோ இல்லை.

உள்ளே, பாத்ரோஸ் கோபத்துடன் அங்கும், இங்கும் நடந்து கொண்டிருந்தார். அவ்வப்போது அவர் கோபமான பார்வை அந்தக் கூடாரத்தின் வாசலின் அருகில் மண்டியிட்டு பயத்துடன் அமர்ந்திருந்த அந்த இளைஞன் மேல் விழுந்தது. தங்க இழையாலான அங்கிருந்த தரைவிரிப்பில் அமர்ந்துக் கொண்டு அந்த இளைஞனை அருகில் அழைத்தார்.

''ஹபீத்... உன்னை நான் எங்களில் ஒருவனாகத்தான் பார்க்கிறேன்.'' ஆனால், உன்னுடைய இந்த வேண்டுகோள் எனக்கு குழப்பமாகவும், விசித்திரமாகவும், இருக்கிறது. உன்னுடைய வேலையில் உனக்குத் திருப்தி இல்லையா?'' என்று கேட்டார்.

அந்தப் பையனின் பார்வை தரையிலிருந்து உயரவில்லை.

''இல்லை ஐயா...''

''நமது காரவான் பெரிதாகி அதில் உள்ள மிருகங்களைக் கவனிக்கும் வேலை உனக்கு சிரமமாக இருக்கின்றதா?''

''இல்லை ஐயா...''

''அப்படியானால் உன்னுடைய வேண்டுகோளை மறுபடியும் சொல். அதோடு அந்த விசித்திரமான வேண்டுகோளுக்கான காரணத்தையும் சொல்...''

''வெறும் ஒட்டகம் மேய்க்கும் பையனாக நான் இருக்க

விரும்பவில்லை. நானும் உங்கள் பொருட்களை வியாபாரம் செய்யும் விற்பனையாளனாக விரும்புகிறேன். நான் உங்களிடமிருக்கும் ஹதாத், சைமன் மற்றும் காலிபைப் போல் ஆக ஆசைப்படுகிறேன். மிகுந்த பொருள்களுடன் ஊர்ந்து சென்ற ஒட்டகங்களில் சென்ற அவர்கள் எத்தனை தங்கங்கள் தங்களுக்கும், உங்களுக்கும் சேர்த்துக் கொண்டு வந்திருக்கின்றனா்? நான் என்னுடைய சுவாரசியமில்லாத வேலையைவிட்டு முன்னேற விரும்புகிறேன். ஒரு ஒட்டகம் மேய்ப்பவன் ஒன்றுமில்லாதவன். ஆனால் ஒரு வணிகன் பணம், வெற்றி இரண்டையையும் சாதிக்கலாம்.''

''எதை வைத்து நீ அப்படிச் சொல்கிறாய்?''

''வேறு எந்தத் தொழிலும் தராத வாய்ப்பை ஓர் வியாபாரி அல்லது விற்பனையாளன் பெறுகிறான். அதன் மூலம் அவன் வறுமையிலிருந்து வெளிவந்து உயர்ந்து நல்ல செல்வத்தைப் பெற முடியும் என்று நீங்கள் அடிக்கடி சொல்வதை நான் பலமுறை கேட்டிருக்கிறேன்.''

பாத்ரோஸ் மெல்லத் தலையசைத்தாா்.

''உன்னால் ஹதாத் மற்றும் இதர விற்பனையாளா்களைப் போல் சாதிக்க முடியும் என்று நம்புகிறாயா?''

ஹபீத் பாத்ரோசை உற்று நோக்கினான்.

''காலிப் பலமுறை உங்களிடம் அவனால் சரியான முறையில் பொருள்களை விற்பனை செய்ய முடியவில்லை என்று புலம்புவதைக் கேட்டிருக்கிறேன். அப்போது நீங்கள் ஒரு விற்பனையாளனுக்குரிய கொள்கைகளைச் சரியான முறையில் பின்பற்றினால் உங்களிடம் உள்ள அத்தனை பொருள்களையும் மிகச் சுலபமாகவும், சீக்கிரத்திலும் விற்று விட முடியும் என்று சொல்வதையும் கேட்டிருக்கிறேன். எல்லோராலும், முட்டாள் என்று பட்டம் கட்டப்பட்ட காலிப்

உங்களுக்குள் உள்ள விலையில்லா ஆற்றல்

ஒரு விற்பனையாளனாக இருக்கும் போது என்னால் அந்தக் கொள்கைகளைக் கற்றுத் தேர்ச்சி பெற முடியாதா?''

"நீ அந்தக் கொள்கைகளில் தேர்ச்சி பெற்று வாழ்க்கையில் என்ன சாதிக்க வேண்டும் என்று நினைக்கிறாய்?''

ஹபீத் சற்று தயங்கினான். பின் பதிலளித்தான்.

"நீங்கள் இந்த நாட்டின் மிகச்சிறந்த வணிகன் என்ற பெயரைப் பெற்றிருக்கிறீர்கள். உங்களுடைய வியாபாரத் திறமை மூலம் நீங்கள் வர்த்தக உலகில் செய்துள்ள சாதனையைப் பற்றி உலகே பேசுகிறது. என்னுடைய ஆசை நான் உங்களை விடவும் பெரியவனாக, மிகச் சிறந்த வணிகன், மிகவும் பெரிய செல்வந்தன், உலகின் தலைசிறந்த விற்பனையாளன் என்று பெயர் வாங்க வேண்டும் என்பது தான்''.

பாத்ரோஸ் தன இருக்கையில் நன்றாக சாய்ந்து கொண்டு தன்னிடம் பேசிய அந்த இளமையான, கருப்பான முகத்தை ஆராய்ந்தார். அவன் ஆடைகளிலிருந்து மிருகங்களின் வாசனை வந்தது. ஆனால், அவன் பேச்சில் அடக்கம் குறைவாகவே தென்பட்டது.

"அத்தனை பணத்தையும், பலத்தையும் வைத்துக் கொண்டு நீ என்ன செய்வாய்?''

"நீங்கள் இப்போது எப்படி இருக்கிறீர்களே அதே போல் நானும் இருப்பேன். என்னுடைய குடும்பத்திற்கு உலகிலுள்ள அத்தனை சுகங்களையும் கிடைக்கச் செய்வேன். அதிகமாக உள்ளதை தேவைப்படுபவர்களுடன் பகிர்ந்து கொள்வேன்.''

பாத்ரோஸ் தலையை ஆட்டினார்.

"மகனே, செல்வம் உன் வாழ்க்கையின் குறிக்கோளாகக்

கூடாது. நீ நன்றாக வார்த்தையாடுகிறாய். ஆனால் அவை வெறும் வார்த்தைகளே. உண்மையான செல்வம் இதயத்தில் இருந்து கிடைப்பது, பணப்பையிலிருந்து அல்ல.''

ஹபீத் விடவில்லை. ''நீங்கள் செல்வந்தர் இல்லையா. ஐயா?'' முதியவர் ஹபீதின் தைரியத்தைப் பார்த்துப் புன்னகைத்தார்.

''ஹபீத்... பௌதீக ரீதியான செல்வத்தைப் பார்த்தால் எனக்கும் ஹெரோட் மாளிகை வாசலில் இருக்கும் பிச்சைக் காரனுக்கும் ஒரே ஒரு வித்தியாசம் தான். அவன் தன் அடுத்த வேளை உணவைப் பற்றிக் கவலைப் படுகிறான். நான் கடைசியாக உண்ணப்போகும் சாப்பாட்டைப் பற்றிக் கவலைப் படுகிறேன். செல்வத்தைச் சேர்க்க ஆசைப்பட்டு அதற்காகப் பாடுபடாதே. மகிழ்ச்சியைத் தேடு, அன்பைத் தந்து அன்பைப் பெறு. எல்லாவற்றையும் விட மிக முக்கியமாக தெளிவையும், மன அமைதியையும் பெற ஆசைப்படு...''

ஆனால், ஹபீதோ விடுவதாக இல்லை.

''ஆனால், நீங்கள் சொல்வதெல்லாம் பணம் இல்லாமல் வருமா? வறுமையில் எப்படி மன அமைதி சாத்தியம்? பசியில் காயும் வயிறு மகிழ்ச்சியையா தரும்? இருக்க இடமோ, உடுக்க உடையோ தர முடியாத போது என் அன்பை எப்படி என் குடும்பத்தினருக்கு காட்ட முடியும்? நீங்கள் தானே சொன்னீர்கள் மற்றவர்களுக்கு மகிழ்ச்சி தரும் செல்வம் நல்லது என்று. அப்படி என்றால் நான் பணம் சம்பாதிக்க ஆசைப்படுவது எப்படித் தவறாகும்? வறுமையில் உழல்வது அவரவர் விருப்பம். அது பாலைவனத்தில் திரியும் சந்நியாசி களுக்கும், பரதேசிகளுக்கும் பொருந்தலாம். ஏனென்றால், அவர்கள் கடவுளை மட்டுமே திருப்தி செய்ய வேண்டும். என்னைப் பொறுத்தவரை வறுமை திறமையின்மைக்கும்

ஆவல் அற்ற மனத்தையும் காட்டுபவை. ஆனால், எனக்கு திறமையும், ஆவலும், நிறைய இருக்கிறது...''

பாத்ரோஸ் புருவங்களை நெரித்தார்.

''உன்னுடைய இந்த எதிர்பாராத ஆசையின் வெளிப்பாட்டிற்கு என்ன காரணம்? நீ உன் குடும்பம் என்றாய். கொள்ளை நோய் உன் பெற்றோரை உன்னிடமிருந்து பிரித்த பின் நான் தானே உன்னை எடுத்து வளர்த்து பாதுகாத்து வருகிறேன்? உனக்கென்று எது குடும்பம்?''

ஹபீதின் சற்று நிறம் குன்றிய கன்னங்கள் சிவப்பதைப் பார்க்க முடிந்தது.

''இங்கு வருவதற்கு முன் நம் பயணத்தில் ஹெபானில் இருந்த போது... நான் கால்நேயின் மகளைப் பார்த்தேன்... அவள்... அவள்...'' வார்த்தைகள் தடுமாறின.

''ஓ... எனக்குப் புரிந்து விட்டது... காதல்... உயர்ந்த கொள்கைகள் காரணமல்ல... காதல் இந்த ஒட்டகம் மேய்க்கும் இளைஞனை வீரம் மிக்கச் சிப்பாக்கியாக்கிவிட்டது. கால்நே மிகப் பெரிய தலைவன். அவன் மகளை ஓர் ஒட்டகம் மேய்ப்பவனுக்கு.... சாத்தியமேயில்லை. ஆனால், ஒரு பணக்கார, இளமையான, வணிகனுக்கு.... அது சாத்தியம். நல்லது இளைய வீரனே... நீ விற்பனையாளனாக உன் வாழ்க்கையைத் தொடங்க நான் உதவி செய்கிறேன்...''

இளைஞன் தடாலென அவர் கால்களில் விழுந்து அவரது அங்கியைப் பற்றிக் கொண்டான்.

''ஐயா, உங்களுக்கு வார்த்தைகளால் நன்றி கூற முடியாது.''

பாத்ரோஸ் ஹபீதின் பிடியிலிருந்து விலகினார்.

''உனது நன்றியினை பத்திரமாக வைத்துக் கொள் மகனே.

நீயாக அசைக்கப் போகும் மலைகளுடன் ஒப்பிட்டால் நான் இப்போது உனக்குக் கற்றுத் தரப்போவது ஒரு சிறு மணல் குன்று தான்...''

ஹபீதின் உற்சாகம் சட்டென்று அடங்கிப் போனது.

''அப்படியென்றால் நீங்கள் எனக்கு அந்த வியாபாரத் தத்துவங்களை சொல்லித் தரப் போவதில்லையா?''

''இல்லை. என்னைப் பலர் என்னுடைய வளர்ப்பு மகனான உன்னை ஒரு ஒட்டகம் மேய்க்கும் பையனாகவே வைத்திருப்பதற்காக விமர்சித்து உள்ளனர். ஆனால், உன் உள்ளே இருக்கும் ஆசைத் தீ, வெளியே வரக் காத்திருந்தேன். இன்று நான் உன்னிடம் பார்த்த அந்த ஆர்வமும், உன் கண்களிலும், முகத்திலும் தெரிந்த ஒளியும் எனக்கு மகிழ்ச்சியைத் தந்தது. ஆனால், நீ நிரூபிக்க வேண்டியது நிறைய உள்ளது.''

ஹபீத் அமைதியாகக் கேட்டுக் கொண்டிருந்தான்.

''முதலில் நீ எனக்கு நிரூபிப்பதை விட உனக்கு நீயே நிரூபித்துக் கொள்ள வேண்டியது முக்கியம். நீ இப்போது தேர்ந்தெடுக்கும் ஓர் வணிகனின் வாழ்க்கை சுலபமானது அல்ல. இதில் வெற்றி பெறுபவர்கள் ஒரு சிலரே, ஏனெனில், பலரிடம் ஒரு சிறந்த வணிகனாகும் திறமைகள் இருந்து அவர்களால் வெற்றி பெற முடியவில்லை. காரணம் அவர்கள் தங்கள் பாதையில் ஏற்பட்ட தடைகளை விரோதிகளாகக் கருதினர். உண்மையில், அவைதான் நமக்கு உதவி செய்யும் நண்பர்கள். வர்த்தகம் என்று அல்ல; எல்லாத் தொழில்களிலுமே போராட்டங்களுக்கும், தோல்விகளுக்கும் பிறகே வெற்றி கிட்டும். ஏன் தெரியுமா? ஒவ்வொரு போராட்டமும், ஒவ்வோரு தோல்வியும் உன்னையும், உன் போராடும் சக்தியையும் வலுப்படுத்தும். அவைகளை நீ

உங்களுக்குள் உள்ள விலையில்லா ஆற்றல்

நண்பர்களாகக் கருதி மேலே செல்லலாம், அல்லது விலகியும் போகலாம். ஒவ்வொரு எதிர்ப்பும், நீ முன்னேற ஒரு வாய்ப்பு. அதைக் கண்டு அஞ்சி ஓடினால், நீ உன் எதிர்காலத்தைத் தூக்கி எரிகிறாய்.''

ஹபீத் ஏதோ பேச முயன்றான்; அவனைக் கையமர்த்தினார் பாத்ரோஸ்.

"நீ தேர்ந்தெடுக்கும் தொழில் ஒரு வகையில் மிகத் தனிமையானது. வரி வசூல் செய்யும் மனிதர்களும், ரோமானியப் படையினரும் கூட வெயில் சாயும் நேரத்தில் வீடு என்ற ஓர் அமைப்புக்குத் திரும்பும் வழி உண்டு. ஆனால், நீ பெரும்பாலும் உன் குடும்பம், நண்பர்கள் இவர்களிடமிருந்து வெகு தூரத்திலேயே இருக்கும்படி நேரும்! அப்போது உண்டாகும் தனிமையும், வெறுமையும் உன்னைக் கடுமையாக ஆக்கிரமிக்கும். அப்போது சில சபலங்கள் ஏற்படும் வாய்ப்பு உண்டு. அவைகளுக்கு நீ அடிமையானால் அவை உன் தொழிலை கடுமையாக பாதிக்கும். நீ மட்டும் ஓர் தனி ஆளாக உன் ஒட்டகத்துடனோ, வேறு ஏதாவது மிருகத்துடனோ பிரயாணம் செய்யும் போது உனக்கு அச்சம் வரலாம். அந்த மாதிரி சமயங்களில் நம் எண்ணங்கள் சிதைந்து போய் பாதுகாப்பும், ஆதரவும் நாடும் குழந்தைகள் போல் ஆவோம். இது போன்ற உணர்வுகள், பல திறமை மிகுந்த ஆயிரக்கணக்காக வியாபார உத்திகள் தெரிந்தவர்களின் தொழிலின் முடிவாக அமைந்திருக்கிறது. உன்னால் வியாபாரம் செய்ய முடியாமல் தோற்று நிற்கும் போது உன்னை மகிழ்விக்கவோ, ஆறுதல் சொல்லவோ எவரும் இருக்கமாட்டார்கள். உன்னை உனக்காக மதிப்பவர்கள் மட்டுமே உன்னுடன் இருப்பார்கள்''.

"எனக்குப் புரிகிறது. நான் கவனமாக இருப்பேன் ஐயா.''

"சரி, இப்போதைக்கு உனக்கு இந்த அறிவுரை போதும். நீ

ஆக் மான்டினோ

இன்றும் முழுமையாக உருப்பெறும் வரை ஒரு காயாகத்தான் இருப்பாய். நீ அதற்குரிய அறிவையும், திறமையையும், அனுபவமும் பெற்ற பின் தான் விற்பனையாளன் ஆவாய்.''

''நான் தொடங்குவது எப்படி ஐயா?''

''கவனமாகக் கேள். நாளைக் காலை நீ நம்முடைய பொருட்களை ஏற்றிச் சுழலும் இடத்திற்குச் சென்று சில்வியோவைப் பார். அவர் உன்னிடம் நம்மிடமுள்ள ஓர் நேர்த்தியான அங்கியை கொடுப்பார். அது ஆடுகளின் ரோமத்திலிருந்து சிறப்பாக உருவாக்கப்பட்டது. மிகக்கடுமையான மழையைக் கூடத்தாங்கும் சக்தி உள்ளது. அதில் ஏற்றப்பட்டுள்ள சாயம் கூடத் தனித்துவம் வாய்ந்தது. அழியாதது. ஒரு சிறிய நட்சத்திரம் அந்த அங்கியின் விளிம்பில் தைக்கப்பட்டிருக்கும். ''தோலா'' என்ற மிகப் பிரபலமான தயாரிப்பாளர்களின் அடையாளம். அதற்கு அருகில் சதுரத்திற்குள் ஓர் வட்டம், அது என்னுடைய முத்திரை. இவை இரண்டும் மிகப் பிரசித்தி பெற்றவை. உலகெங்கும் பல ஆயிரக்கணக்கான மனிதர்களால் வாங்கப்பட்டு வரும் அங்கி. எனக்கு யூதர்களிடம் உள்ள நீண்ட நாளையப் பழக்கத்தின் மூலம் பெற்ற அறிவு இது. இதற்குப் பெயர் ''அபேயா.''

''இந்த விசேஷமான அங்கியையும், ஒரு கழுதையையும் பெற்றுக் கொண்டு நீ பெத்லஹெமுக்கு நாளைக்கு விடிகாலையில் பயணமாக வேண்டும். நம்முடைய வியாபாரம் அந்த நகரில் எடுபடாது. நான் அறிந்து கொண்ட வகையில் அந்த ஊர் மக்கள் மிக ஏழை மனிதர்கள். ஆனால், அங்கும் நான் பல வருஷங்களுக்கு முன்பு நூற்றுக் கணக்கான அங்கிகளை விற்றிருக்கிறேன். நீ அந்த அங்கியை அந்த ஊரில் விற்பனை செய்ய வேண்டும்.''

ஹபீத் அவன் உற்சாகத்தை மறைக்க முடியாமல்

உங்களுக்குள் உள்ள விலையில்லா ஆற்றல்

கேள்விகள் கேட்டான்.

"அதை என்ன விலைக்கு விற்க வேண்டும் எஜமான்?"

"உன் பெயருக்கு எதிராக நான் ஒரு வெள்ளிக்காசு போடுகிறேன். நீ அதை விற்றுத் திரும்பிய பின் என்னிடம் அந்த ஓர் வெள்ளிக் காசைத் தரவேண்டும். அதற்கு மேல் விலைக்கு நீ விற்றிருந்தால் மீதி உனக்கே. விலையையும் நீயே நிர்ணயித்துக் கொள். நீ அங்குள்ள சந்தையில் சென்று விற்பாயோ, அல்லது வீடு வீடாகச் சென்று வியாபாரம் செய்வாயோ அது உன் விருப்பம். அந்த ஊரில் ஆயிரத்திற்கும் அதிகமாக மக்கள் உள்ளனர். என்ன செ ால்கிறாய்?"

ஹபீத் அந்த வினாடியே மறுநாளைப் பற்றி சிந்திக்க ஆரம்பித்துவிட்டான்.

பாத்ரோஸ் ஹபீதின் தோள்களைத் தட்டிக் கொடுத்தார்.

"நீ திரும்பி வரும் வரை உன் வேலையை நான் எவருக்கும் தரமாட்டேன். ஒரு வேளை, உனக்கு இந்த வேலை பொருத்தமானது அல்ல என்று நீ உணர்ந்தாலும் அதை அவமானம் என்று நினைக்காதே. தோல்வி அவமானமில்லை. தோல்வியை சந்திக்காதவர்கள் முயற்சி செய்யாதவர்கள் தான். நீ வந்த பின் உன் அனுபவங்களை எனக்கு விரிவாக எடுத்துச் சொல்ல வேண்டும். அதன் பிறகு உன்னுடைய மிகப் பெரிய கனவை நனவாக்கும் வழி பற்றி சிந்திக்கலாம்."

ஹபீத் அவரை வணங்கி விடை பெற்றான்.

"மகனே, நீ முக்கியமாக ஒன்றை நினைவில் வை. நீ ஓர் புதிய வாழ்க்கையைத் தேடிக் கிளம்புகிறாய். உனக்குப் பல தடங்கல்கள் வரலாம். கனவுகளுடன் பாதையில் பயணிக்கும் எல்லோருக்கும் உண்டாகும் பிரச்சினைகள் தான் அவை.

ஆக் மான்டினோ

அதை எப்படி சமாளிப்பது என்று சிந்தி.''

''சரி, எஜமான்''

''முன்னேற வேண்டும் என்று முழு முயற்சியுடன் செயல்படுபவனை தோல்விகள் ஒரு நாளும் துவளச் செய்யாது.''

பாத்ரோஸ் அந்த இளைஞனின் மிக அருகில் வந்து ''நான் சொன்ன வார்த்தைகளின் பொருள் உனக்கு விளங்கியதா?'' என்று கேட்டார்.

''புரிந்தது ஐயா.''

''எங்கே, திரும்பச் சொல்.''

''முன்னேற வேண்டும் என்று முழு முயற்சி செய்யும் என்னைத் தோல்விகள் ஒரு நாளும் துவளச் செய்யாது.''

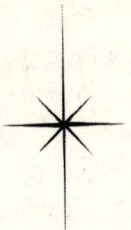

அத்தியாயம் நான்கு

ஹபீத்தால் பாதி ரொட்டிக்கு மேல் சாப்பிடமுடியவில்லை. அவன் மனசில் அவனது துரதிர்ஷ்டத்தை நினைத்து வேதனை மண்டியது.

நாளை நான்காவது நாள், அவன் பெத்லஹெமுக்குள் நுழைந்து, அவனிடமிருந்த அந்த ஒரே ஒரு சிவப்பு அங்கி, அவன் மிகுந்த நம்பிக்கையுடன் கொண்டு வந்தது அவன் கழுதையின் முதுகில் அவன் தங்கியிருந்த சத்திரத்தின் பின் காத்திருந்தது.

அந்த சாப்பாட்டுக் கூடத்தின் இரைச்சல்கள் அவன் செவிகளில் விழவில்லை. அவன் பாதி சாப்பிட்டு விட்டு வைத்திருந்ததன் உணவை முறைத்தான். ஆரம்பத்திலிருந்தே ஒவ்வொரு விற்பனையாளனையும் ஆட்டி வைக்கும் கேள்விகள் அவன் மனசிலும் ஓடிக் கொண்டே இருந்தது.

''ஏன் எவருமே என் பேச்சைக் கேட்க மாட்டேன் என்கின்றனா்? அவா்கள் கவனத்தை ஏன் என்னால் ஈா்க்க இயலவில்லை? நான் நான்கு வாா்த்தைகள் பேசு முன்னேயே

கதவை சாத்துகின்றனர்? என் பேச்சில் கொஞ்சம் கூட ஈடுபாடு இன்றி ஏன் விரைந்து செல்கின்றனர்? இந்த ஊர்மக்கள் எல்லோருமே என்ன ஏழைகளா? எங்களுக்கு அங்கி வேண்டும். ஆனால், இதை வாங்க எங்களால் முடியாது என்கிறார்களே? இன்னும் சிலர் கொஞ்ச நாட்கள் கழித்து வா என்கின்றனர். மற்றவர்களால் விற்க முடியும் போது என்னால் மட்டும், ஏன் முடியவில்லை? மூடிய கதவை நெருங்கும் போது என் மனசில் தோன்றும் தயக்கத்தை நான் எப்படி விரட்டுவேன்? நான் சொல்லும் விலை மற்ற வியாபாரிகளின் விலையை விட அதிகமோ? நினைக்க நினைக்க அவனுக்கு வெறுப்பு மண்டியது. இது ஒரு வேளை நமக்கு ஏற்ற வேலை இல்லையோ? அவன் விதி அவன் காலம் முழுவதும் ஒட்டகம் மேய்ப்பவனாகவே இருந்து ஒரு சில செப்புக் காசுகளைத்தான் சம்பாதித்துக் கொண்டிருக்க வேண்டுமோ? ஒரு விற்பனையாளனாக அங்கியை விலை பேசி விற்று லாபத்துடன் அல்லவா காரவானுக்குத் திரும்ப வேண்டும்? பாத்ரோஸ் என்ன சொன்னார்? இளம் போர் வீரன்? பேசாமல் நம்முடைய ஒட்டகங்களிடமே போய் விடுவோமா?

அந்த சமயத்தில் அவனுக்கு லிஷாவின் நினைவு வந்தது. தொடர்ந்து மிகவும் கறாரான அவளின் அப்பா கால்நேயின் நினைவும் வந்தது. ம்ஹூம்... இன்று இரவு கொஞ்சம் அமைதியாக உறங்கி காலை எழுந்து நாளைக்கு எப்படியாவது இந்த அங்கியை விற்றே ஆக வேண்டும். அவனின் சாதுர்யமான பேச்சு அந்த அங்கிக்கு ஒரு நல்ல விலையைத் தர வேண்டும். இளங்காலைப் பொழுதிலேயே எழுந்து ஊருக்குள் சென்று எப்படியாவது அங்கியை விற்று லாபத்துடன் மௌன்ட் ஆலிவ்வுக்குத் திரும்ப வேண்டும் என்று உறுதி செய்து கொண்டான்.

பாதி சாப்பிட்டு விட்டு மீதம் இருந்த ரொட்டியைச்

ஆக் மாண்டினோ

சாப்பிட ஆரம்பித்தான் ஹபீத். அவன் அங்கியை விற்று பணத்துடன் திரும்பினால் பாத்ரோஸ் மகிழ்ச்சி அடைவார். ஒரு அங்கியை விற்க நான்கு நாட்கள் என்பது அதிகம் தான். பாத்ரோஸ் அவனுக்கு இந்த வர்த்தகத்தை மூன்று அல்லது இரண்டு நாட்களில் முடிப்பது எப்படி என்பதை நிச்சயம் கற்றுக் கொடுப்பார். விரைவில், அவன் ஒரு சில மணி நேரங்களிலேயே பல அங்கிகளை விற்றுக் காசாக்கும் திறமையைப் பெறுவான். அவன் அப்புறம் ஒரு தேர்ச்சி பெற்ற விற்பனையாளன் ஆகிவிடுவான்.

இரைச்சலாக இருந்த அந்த இடத்தை விட்டு அவன் மிருகத்தைக் கட்டி வைத்திருந்த குகையை நோக்கி நடந்தான். குளிர்ந்த காற்று புல் தரையில் வளர்ந்திருந்த புற்களின் மீது ஒரு லேசான பனிப்படலத்தை உருவாக்கி இருந்தது. அவன் காலணிகள் அவற்றை மிதிக்கையில் அவை லேசான ஓசையுடன் உடைந்தன. இரவு மலையேறும் எண்ணத்தைக் கைவிட்டு, குகையிலேயே கழுதையுடன் உறங்குவது என்று முடிவு செய்தான் ஹபீத்.

மறுநாள், நல்ல நாளாக அமையும் என்று நம்பிக்கை மனதில் தோன்றியது. இந்த ஊரை ஏன் மற்ற வியாபாரிகள் விரும்புவதில்லை என்பதை அவன் சந்தித்த ஒவ்வொருவரும் அங்கியை வாங்க மறுத்ததை வைத்து அவனால் ஊகிக்க முடிந்த போதும் கூட அவன் தன் நம்பிக்கையை இழக்கவில்லை. பல வருஷங்களுக்கு முன்பு இதே ஊரில் பாத்ரோஸ் பல நூறு அங்கிகளை விற்றதாகக் கூறினாரே? ஆனால், அவர் மிகச் சிறந்த விற்பனையாளர்.

அவன் குகையை நெருங்குகையில் அதன் உள்ளிருது ஏதோ ஒரு வெளிச்சம் மினுங்குவதைக் கண்டான். எவனாவது திருடனோ? பயம் எழுந்தாலும், அவனை தைரியமாக எதிர்கொள்ள நினைத்து விறைப்பாக உள்ளே

உங்களுக்குள் உள்ள விலையில்லா ஆற்றல்

நுழைந்தவனுக்கு வேறொரு காட்சி காத்திருந்தது.

ஒரு சிறிய மெழுகுவர்த்தியின் ஒளியில் அவன் கண்ட காட்சி அவருக்கு அதிர்ச்சி தந்தது. ஒரு தாடிக்கார மனிதனும், ஒரு இளம் பெண்ணும் குளிர் தாங்காமல் ஒருவரையொருவர் நெருங்கி அமர்ந்திருந்தனர். அவர்கள் காலடியில் இருந்த ஒரு பாத்திரம் போன்ற கல்லினுள் ஒரு சின்னஞ்சிறு குழந்தை தூங்கிக் கொண்டிருந்தது. அது பிறந்த குழந்தை என்பதை அதன் சிவந்த சுருக்கங்கள் நிறைந்த தோலிலிருந்து ஹபீத் புரிந்து கொண்டான். தங்கள் உடுப்புகளால் அந்த பிறந்த சிசுவின் கழுத்து வரை அவர்கள் போர்த்தியிருந்தனர். அதன் சிறிய தலையும், முகமும் மட்டுமே வெளியே தெரிந்தது.

அந்த ஆள் ஹபீதை பார்த்துத் தலையசைத்தான். அந்தப் பெண் அந்தக் குழந்தையின் அருகே நெருங்கி அமர்ந்து கொண்டாள். அவளுடைய மெல்லிய உடை குளிர் ஊடுருவும் ஈரம் நிறைந்த அந்தக் குகையில் பாதுகாப்பாக இல்லை என்பது பார்த்தாலே புரிந்தது. ஹபீத் அந்தக் குழந்தையின் முகத்தை ஆர்வத்துடன் பார்த்தான். அது தன் சிறிய வாயை மெல்லத் திறந்து லேசாகச் சிரித்தது. அவன் உடலெங்கும் எதோ சொல்லத் தெரியாத உணர்ச்சி பரவியது. அதே சமயம் ஏனென்று தெரியாமல் அவனுக்கு லிஷாவின் நினைவு தோன்றியது. அந்தப் பெண் குளிரில் நடுநடுங்குவதைக் கண்டு சட்டென்று தன கனவிலிருந்து விடுபட்டான் ஹபீத்.

கடினமான சில வினாடிகளுக்குப் பின் ஹபீத் தன் மிருகத்தின் மீதிருந்த அந்த அங்கியை அதன் பையிலிருந்து எடுத்தான். தன் கைகளை அதன் மீது வைத்துத் தேய்த்துப் பார்த்தான். அதன் அழகான சிவந்த வண்ணம் மெழுகுவர்த்தியின் ஒளியில் இன்னும் அழகாகத் தெரிந்தது. பாத்ரோஸ், தோலா இவர்களின் சின்னங்களைப் பார்த்தான்.

ஆக் மான்டினோ

எத்தனை முறை இதைக் கையில் ஏந்தி இருக்கிறான் இந்த மூன்று நாட்களில்? அதன் ஒவ்வொரு இழையையும் அவனால் உணர முடிந்தது. உயர்ந்த ரகப் பொருள் தான்! சந்தேகமேயில்லை! ஒருவர் வாழ்நாள் முழுவதும் உபயோகப்படும்!

ஹபீத் கண்களை மூடிக் கொண்டு ஒரு நீண்ட பெருமூச்சு விட்டான். பின் அந்த அங்கியை கையில் எடுத்துக் கொண்டு அந்தப் பிறந்த குழந்தை அருகே சென்று மண்டியிட்டு அமர்ந்தான். வெறும் கிழிசலாக அதன் மேல் போர்த்தப்பட்டிருந்த அந்தத் தாய், தந்தையரின் உடைகளை எடுத்து அவரவர் கையில் கொடுத்தான். அவர்கள் ஹபீதின் நடவடிக்கையைப் பார்த்து வாயடைத்துப் போயிருந்தனர். தன கையிலிருந்த அந்த விலை உயர்ந்த அங்கியை அந்தப் பிறந்த குழந்தையின் குளிருக்கு இதமாக இருக்கும் வண்ணம் அதைச் சுற்றிப் போர்த்தி விட்டான்.

அந்தத் தாய் கண்ணீருடன் அவன் கன்னத்தில் பதித்த முத்தத்தின் ஈரம் கூடக் காயவில்லை. கழுதையைக் கையில் பிடித்து இழுத்தபடி குகையிலிருந்து திறந்தவெளிக்கு வந்தான் ஹபீத். அவனுக்கு நேராக வானில் பிரகாசமாக ஓர் நட்சத்திரம் ஒளிர்ந்து கொண்டிருந்தது. அதைத் தன் கண்ணீர் ததும்பி மறைக்கும் வரை பார்த்துக் கொண்டு நின்றான். பின்னர் மெதுவாக தன்னுடைய மிருகத்தை ஜெருசலம் செல்லும் பாதைக்கு அழைத்துக் கொண்டு வந்து மலை மீதுள்ள தனது காரவானை நோக்கி நடக்க ஆரம்பித்தான்.

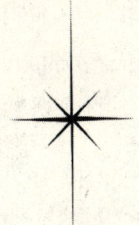

அத்தியாயம் ஐந்து

குனிந்த தலையுடன் மெதுவாகப் பயணித்துக் கொண்டிருந்தான் ஹபீத். வானில் அந்தப் பிரகாசமான நட்சத்திரம் அவனுக்கு முன்பாக வழியைக் காட்டிச் சென்றதைக் கூட அவன் உணரவில்லை. "எத்தனை மூடன் நான்? அந்தக் குகையில் இருந்தவர்கள் யார் என்று கூட எனக்குத் தெரியாது. அவர்களிடம் அந்த அங்கியை நான் விலைக்கு விற்றிருக்கலாமோ? பாத்ரோசுக்கு என்ன செய்தி சொல்லப் போகிறேன்? அவனை விற்று பணம் கொண்டு வா என்று கொடுத்த விலை மதிப்பற்ற அங்கியை ஏதோவொரு தரித்திரம் பிடித்த மனிதர்களின் குழந்தையைப் போர்த்தி வைக்க தானம் செய்து விட்டு வந்திருக்கும் அவனைப் பார்த்து எல்லோரும் வயிறு வலிக்கச் சிரிக்கப் போகின்றனர். என்ன பொய்க் காரணம் பாத்ரோசிடம் சொல்வது? திருடு போய் விட்டது என்று சொல்லி விடலாமா? அவர் அதை நம்புவாரா? ஏன் நம்பமாட்டார்? திருடர்கள் தான் எல்லா இடங்களிலும் இருக்கின்றார்களே? ஆனால், அவனுடைய கவனமின்மைக்காக அவன் மேல்

உங்களுக்குள் உள்ள விலையில்லா ஆற்றல்

அவர் கோபம் கொள்ளமாட்டார் என்று என்ன நிச்சயம்?

அவன் அதற்குள் அவர்களின் இடமான கேதஸ்மனே தோட்டத்தை நெருங்கி விட்டதை உணர்ந்தான். கழுதை மீதிருந்து கீழே இறங்கி தூரத்தில் தெரியும் தனது கூட்டத்தினரை நோக்கி நடக்க ஆரம்பித்தான். கிட்டத்தட்ட பகலைப் போல் அந்த நட்சத்திரம் ஒளி சிந்திக் கொண்டிருக்க அவன் எதை நினைத்து அஞ்சிக் கொண்டு இருந்தானோ அது நடந்தே விட்டது.

ஆம்! பாத்ரோஸ் அவரது கூடாரத்திற்கு வெளியே வானத்தைப் பார்த்தபடி நின்று கொண்டிருந்தார்.

ஐயையோ! ஹபீத் ஒரு நிமிஷம் செய்வதறியாது திகைத்துப் போய் சிலையாக நின்றான்.

ஆனால், அவனை நோக்கி நடந்து வந்த பாத்ரோசின் குரலில் ஏதோவொரு ஆச்சரியம் இருந்தது.

"நீ பெத்லஹெமிலிருந்து நேராக வருகிறாயா?" என்றார்.

"ஆம், எஜமான்."

"உன்னை ஒரு நட்சத்திரம் தொடர்ந்து வருகிறதே, கவனித்தாயா... உனக்கு அச்சம் தோன்றவில்லை?"

ஹபீதுக்கு ஒன்றும் விளங்கவில்லை.

"நட்சத்திரமா? நான் கவனிக்கவில்லையே எஜமான்"

"கவனிக்கவில்லையா?" அவர் குரல் உயர்ந்தது.

"இரண்டு மணி நேரத்திற்கு முன் பெத்லஹெம் திசையிலிருந்து கிளம்பிய இந்த நட்சத்திரத்தை நான் பார்த்ததிலிருந்து என்னால் இந்த இடத்தை விட்டு நகர முடியவில்லை. இதைப் போன்ற வண்ணமும் பிரகாசமும் உள்ள நட்சத்திரத்தை நான் இதுவரை கண்டதில்லை. நான் அது கொஞ்சம் கொஞ்சமாக நகர்ந்து நம்முடைய

ஆக் மான்டினோ

கூட்டத்தை நோக்கி வானத்தில் வருவதைக் கண்டேன். அது நேராக நம் தலைக்கு மேல் இருக்கிறது. நீ வருகிறாய்... ஓ... இறைவனே... அது மேலே நகராமல் நின்று விட்டதே!''

ஹபீத் பதில் சொன்னால் தானே?

பாத்ரோஸ் வினவினார். "நீ ஏதாவது அசாத்தியமான அல்லது அசாதாரணமான நிகழ்ச்சியில் பெத்லஹெமில் கலந்து கொண்டாயா?''

ஹபீத் விழித்தான்.

"இல்லையே..."

பாத்ரோஸ் சிந்தனை வயப்பட்டார்.

"நான் இதுவரை இது போன்றதொரு இரவைப் பார்த்ததில்லை'' என்றார்.

ஹபீதும் அச்சத்துடன் மெதுவாக பதில் சொன்னான்.

"நானும் கூட இந்த இரவை மறக்க மாட்டேன் எஜமான்.''

"இல்லை... இன்று மாலை ஏதோவொன்று நடந்திருக்கிறது. அது சரி... நீ என் இத்தனை தாமதமாக இரவு நேரத்தில் கிளம்பி வந்தாய்?''

ஹபீத் மௌனமாக நின்றான்.

அதற்குள் கழுதையின் முதுகைப் பார்த்த பாத்ரோஸ் "ஓ... அங்கி இல்லை... வெற்றி.... உள்ளே வந்து உன் அனுபவங்களைச் சொல். கடவுள் இந்த இரவைக் கிட்டத்தட்ட பகலாக மாற்றியதால் என்னால் தூங்க முடியவில்லை. உன்னிடமிருந்து ஏதாவது செய்திக்கான காரணம் கிடைக்கலாம். ஒரு நட்சத்திரம் எதற்காக ஒரு ஒட்டகம் மேய்க்கும் பையனைப் பின் தொடர்ந்து வந்தது என்பதற்கு...''

உங்களுக்குள் உள்ள விலையில்லா ஆற்றல்

தன்னுடைய கட்டிலில் சாய்ந்தபடி பாத்ரோஸ் ஹபீத் பெற்ற அனுபவங்களை விவரிக்கக் கேட்டார். அவன் பெற்ற முடிவற்ற மறுப்புகள், எதிர்ப்புகள், அவமானங்கள்... பெத்லஹெமில்... ஹபீத் ஒரு மட்பாத்திரங்கள் செய்யும் வியாபாரி அவனைக் கழுத்தைப் பிடித்து வெளியே தள்ளியதையும், ஒரு ரோமானிய வீரன் அந்த அங்கியை ஹபீதின் முகத்தில் விலை அதிகம் என்று வீசி எறிந்ததையும் விவரித்தபோது லேசாகப் புன்னகை செய்தார்.

கடைசியில் ஹபீத் அவனுக்கு ஏற்பட்ட சந்தேகங்களை குரல் நடுங்க விவரித்த போது குறுக்கிட்டார்.

"ஹபீத்... உன்னால் நினைவு கொள்ள முடிந்த அளவு சிந்தித்து உனக்கு ஏற்பட்ட சந்தேகங்களை, உனக்கு வருத்தம் தந்ததை எனக்கு விவரமாகச் சொல்..." என்றார்.

ஹபீத் தன்னால் முடிந்த வரையில் ஞாபகப் படுத்தி எல்லாக் காரணங்களையும், சந்தேகங்களையும் பட்டியலிட்ட பின் வினவினார்.

"சரி. இவ்வளவுக்கும் பின்னால் நாளை அந்த அங்கியை விற்று விடுவோம் என்ற நம்பிக்கை உனக்கு எப்படி ஏற்பட்டது?"

ஹபீத் சற்றுத் தயங்கினான்.

"எனக்கு கால்நேயின் மகள் நினைவுக்கு வந்ததால். நான் தோற்றுப் போனபின் நிச்சயம் அவள் முகத்தைப் பார்க்க முடியாது என்று தெளிவாகத் தெரிந்தது. ஆனால்... ஆனால்... நான் தோற்றுவிட்டேன்..." ஹபீதின் குரல் உடைந்து கண்ணீர் எட்டிப் பார்த்தது.

"நீ தோற்று விட்டாயா? எனக்கு விளங்கவில்லை... அங்கி உன்னுடன் வரவில்லையே?"

ஆக் மாண்டினோ

பாத்ரோஸ் உண்மையில் ஒன்றும் புரியாமல் ஹபீதைக் கூர்ந்து பார்த்தார். ஹபீத் தயங்கித் தயங்கி குகைக்குள் நடந்த அந்த நிகழ்வையும், அங்கியைக் குளிரில் வாடிய குழந்தைக்குப் போர்த்தி விட்டதையும் விளக்கிய போது வாய் திறவாமல் கேட்டுக் கொண்டிருந்தார். ஆனால், அவர் பார்வை அவ்வப்போது கூடாரத்திற்கு வெளியே இரவைப் பகலாக்கிக் கொண்டிருந்த அந்த நட்சத்திர ஒளியைப் பார்த்துக் கொண்டிருந்தது. ஹபீத் தன கதையை முடித்துவிட்டு விம்மி அழுகையில் அவர் முகத்தில் குழப்பம் மறைந்து புன்னகை மலர்ந்தது.

சற்று நேரத்தில் ஹபீதின் விம்மல் ஒலிகள் தேய கூடாரத்துள் அமைதி நிலவியது. தன்னுடைய ஆசையிலும், முயற்சியிலும் தோற்றுப் போய் உட்கார்ந்திருக்கும் நான் ஓர் ஒட்டகம் மேய்ப்பவனாக வாழத்தான் தகுதி உள்ளவன் என்று மனசில் எண்ணிக் கொண்டு எப்போது இவர் முன்னாலிருந்து ஓடலாம் என்று காத்துக் கொண்டிருந்தான் ஹபீத்.

பாத்ரோஸ் என்ற மிகச் சிறந்த வியாபாரியின் கரம் ஹபீதின் தோளில் பதிந்தது. அவன் கண்களை நேராகப் பார்த்தார் அவர்.

"மகனே... இந்தப் பயணம் உனக்கு லாபத்தைத் தரவில்லை இல்லையா?"

"ஆம்... எஜமான்"

"ஆனால் எனக்குக் கிடைத்திருக்கிறது. உன்னைத் தொடர்ந்து வந்த அந்த நட்சத்திரம் எனக்குள் இருந்த நான் ஒப்புக் கொள்ள மறுத்த இருளை விரட்டி விட்டது. அதை நான் நாம் பல்மேராவிற்குப் போனபின் விளக்கமாகச் சொல்கிறேன். ஆனால், உன்னிடம் ஒரு வேண்டுகோள்..."

"சொல்லுங்கள் எஜமான்."

உங்களுக்குள் உள்ள விலையில்லா ஆற்றல்

"நாளை நமது விற்பனையாளர்கள் எல்லோரும் திரும்பி விடுவார்கள். அதனால் அந்த மிருகங்களைக் கவனிக்க நீ தேவை. தற்போதைக்கு நீ உனக்கு உண்டான அந்தக் கடமையைச் செய்ய வேண்டும்."

ஹபீத் விரக்தியுடன் எழுந்து அவரை வணங்கினான். "நீங்கள் என்ன சொன்னாலும் செய்யக் காத்திருக்கிறேன். உங்களை ஏமாற்றம் அடையச் செய்து விட்டேன். என்னை மன்னித்து விடுங்கள்."

"சரி. நீ நாம் பல்மேரா போவதற்கான ஏற்பாடுகளை கவனி. அங்கு சென்றதும் நான் உன்னிடம் பேசுகிறேன்."

ஹபீத் கூடாரத்திலிருந்து வெளியே வந்த போது மேலேயிருந்து அவன் மீது பாய்ந்த வெளிச்சம் அவன் கண்களைக் கூசச் செய்தது. அவன் கண்களைக் கசக்கிக் கொண்டான். அப்போது அவனை பாத்ரோஸ் அழைக்க உள்ளே சென்றான். "போய் நிம்மதியாகத் தூங்கு... நீ தோற்கவில்லை" என்றார் பாத்ரோஸ்.

அந்த பிரகாசமான நட்சத்திரம் அன்று இரவு முழுவதும் ஒளிர்ந்து கொண்டிருந்தது.

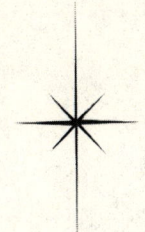

அத்தியாயம் ஆறு

வணிகக் கூட்டம் பல்மேராவுக்குத் திரும்பி இரண்டு வாரங்களுக்குப் பின், ஹபீத் அவனுடைய எஜமானின் அழைப்பில் பாத்ரோசை சந்தித்தான்.

விசாலமான அவரது படுக்கையறையின் பிரம்மாண்டமான கட்டிலில் அவரது உருவம் சிறியதாகத் தோன்றியது ஹபீதுக்கு. அவர் சற்றுத் தடுமாறி எழுந்து கண்களைக் கசக்கி விழித்து எழுந்து அமர்ந்தார். அவரது முகம் பயங்கரமாகவும், கைகள் வீங்கியும் இருந்தன. இந்த மனிதரையா நாம் பனிரெண்டு நாட்களுக்கு முன் சந்தித்துப் பேசினோம் என்று தோன்றியது ஹபீதுக்கு.

பாத்ரோஸ் ஹபீதை உட்காரும்படி சைகை செய்தார். கட்டிலின் விளிம்பில் தயக்கத்துடன் அமர்ந்தான் ஹபீத். அவர் பேசக் காத்திருந்தான். பாத்ரோசின் குரல் கூட மாறியிருந்தது.

"மகனே... உன்னுடைய முடிவுகளை தீர்மானிக்க உனக்கு பல நாட்கள் இருந்தன. உனக்கு இன்னும் சிறந்த

விற்பனையாளனாகும் ஆசை இருக்கிறதா?''

''ஆமாம். எஜமான்.''

அவர் அவன் பேச்சை ஆமோதிப்பது போல் தலை அசைத்தார்.

''அப்படியே ஆகட்டும். நான் உன்னுடன் அதிக நேரம் இருக்க விரும்பி திட்டமிட்டேன். ஏனென்றால், நான் ஒரு சிறந்த வெற்றி கண்ட வியாபாரி, விற்பனையாளன். ஆனால், என்ன செய்ய? மரணம் என் வாசலில் காத்திருக்கிறது; பசியுடன் சமையலறையின் கதவின் அருகே காத்திருக்கும் நாயைப் போல்... ஒரு நாள் கதவு காவல் இல்லாமல் இருக்கும் அது உள்ளே நுழைய சௌகரியமாக...''

சங்கிலித் தொடராக வந்த இருமல் பாத்ரோசின் பேச்சைத் தடை செய்தது. இருமல் ஓய்ந்த பின்னர் அவர் மூச்சு விடத் தத்தளித்தார். ஹபீத் ஏதும் பேசாமல் திகைப்புடன் அமர்ந்திருந்தான். பாத்ரோஸ் சோகமாக புன்னகைத்தார்.

''நாம் சேர்ந்து இருக்கப் போகின்ற நேரம் குறைவு. எனவே, நான் இப்போதே ஆரம்பிக்கிறேன். முதலில் இந்தக் கட்டிலின் கீழ் செடார் மரத்தினாலான ஒரு பெட்டி இருக்கும் அதை எடு...'' என்றார்.

ஹபீத் கீழே குனிந்து கட்டிலின் அடியிலிருந்து அந்த சிறிய தோல் பட்டியால் மூடப்பட்டிருந்த செடார் மரப் பெட்டியை எடுத்து பாத்ரோசின் முன்னே வைத்தான்.

முதியவர் கனைத்துக் கொண்டு பேச ஆரம்பித்தார்.

''பல வருஷங்களுக்கு முந்தைய நிகழ்ச்சி இது. நான் உன்னை விடவும் கீழான் நிலையில் இருந்தேன். கிழக்கிலிருந்து வந்த ஒரு பயணியை இரண்டு கொள்ளையர்களிடமிருந்து காப்பாற்றும் சந்தர்ப்பம்

ஆக் மாண்டினோ

கிடைத்தது. அவர் உயிரைக் காப்பாற்றிய எனக்கு அவர் பரிசு தர விரும்பினார். நான் அவரிடம் எதையும் எதிர்பார்க்கவில்லை. எனக்குக் குடும்பமோ, சொந்தமோ எதுவும் இல்லாததால் என்னை அவருடன் அழைத்துச் சென்று அவர் குடும்பத்தில் ஒருவனாக ஏற்றுக் கொண்டார்.

நான் நன்கு வளர்ந்து பெரியவனாக ஆனபின் அவர் என்னை அவருடைய கருவூலத்திற்கு அழைத்துச் சென்று திறந்து பார்க்கச் சொன்னார். அதில் பத்து தோலாலான சுருள்கள் இருந்தன. ஒவ்வொன்றிலும் வியாபாரம் என்னும் கலையில் சிறந்து தேர்ச்சி பெறத்தேவையான கொள்கைகள் இருந்தன. ஆனால், முதல் சுருளில் மட்டும் அதைக் கற்பதற்கான ரகசியம் இருந்தது. அந்த ஆண்டிலிருந்து எனக்கு அந்தச் சுருள்களில் இருந்த அறிவுரைகள் போதிக்கப்பட்டன. அதோடு அவைகளை எப்படி புரிந்துக் கொள்ள வேண்டும் என்ற முதல் சுருளில் சொன்ன விதியின் படி. அவை எனது எண்ணங்களை முழுமையாக ஆக்கிரமித்துக் கொண்டதால், நாளடைவில் அது எனக்கு ஒரு வாழ்க்கையில் பழக்கமாக, முறையாக ஆனது. அந்தப் பேழையும் அதில் உள்ள சுருள்களும், ஒரு கடிதத்துடனும், ஐம்பது தங்கக் காசுகளுடனும் எனக்கு வழங்கப்பட்டது. அந்தக் குடும்பத்தையும், மனிதரையும் விட்டு விலகி வெகுதூரம் வரும் வரை நான் அந்தக் கடிதத்தைப் பிரிக்கக் கூடாது என்று உத்தரவு வேறு. நான் அவர்களிடமிருந்து விடைபெற்று பல்மேராவுக்கு வரும் வரை அந்தக் கடிதத்தைப் பிரிக்கவில்லை. அந்தக் கடிதத்தில் அந்தத் தங்கக் காசுகளை முதலீடாக வைத்து என் வாழ்க்கையைத் தொடங்கி, அந்த சுருள்களிலிருந்து நான் பெற்ற அறிவின் படி வாழவேண்டுமென்று சொல்லப்பட்டிருந்தது. அதோடு நான் பெறும் செல்வத்தில் பாதியை வசதியற்றவர்களுக்குக் கொடுத்து உதவ வேண்டும் என்று குறிப்பிடப்பட்டிருந்தது.

உங்களுக்குள் உள்ள விலையில்லா ஆற்றல்

ஆனால், இந்த தோல் சுருள்களை மட்டும் ஒரு நாள் எனக்கு சில நிகழ்வுகள் அதை நான் யாருடன் பகிர்ந்து கொள்ள வேண்டுமென்று உணர்த்தும் வரை, எவருடனும் பகிர்ந்துக் கொள்ளக் கூடாது என்று தெளிவாக சொல்லியிருந்தார்.

"எனக்கு ஒன்றும் விளங்கவில்லை ஐயா..."

"விளங்க வைக்கிறேன். நானும் அந்த அதிசய நிகழ்வுக்கும், அதன் மூலம் நான் யாரிடம் இந்த அறிவுரை கொண்ட சுருள்களைத் தர வேண்டும் என்பதற்கும் காத்திருந்தேன். பல ஆண்டுகள் கடந்தும் என்னால் எவரையும் அப்படி உணர முடியவில்லை. கிட்டத்தட்ட நான் என் மரணத்திற்கு முன் அது போன்றதொரு மனிதனை சிந்திப்போம் என்ற நம்பிக்கையை இழந்த சமயத்தில் தான் அந்த அதிசயத்தை நீ பெத்லஹெமிலிருந்து திரும்பி வருகையில் கண்டேன். எனக்கு முதல் எண்ணம் அப்படித் தோன்றக் காரணம் உன்னைத் தொடர்ந்து வானில் வந்த அந்த பிரகாசமான நட்சத்திரம் தான். நான் அதற்கான காரணங்களை ஆராய முயன்றேன். ஆனால், ஆண்டவனால் நிகழ்த்தப்படும் நிகழ்வுகளை எதிர்த்து வாதம் செய்யக் கூடாது என்றும் தீர்மானித்தேன். அதன் பிறகு உன்னுடைய எதிர்காலத்தின் முதல் படியாகக் கருதிய அந்த அங்கியை நீ கொடுத்த நிகழ்ச்சி என்னை நீதான் என்னுடைய நீண்ட நாள் தேடலுக்கு முடிவு தந்தவன் என்பதை உணர்த்தியது. இந்தப் பெட்டியையும், அதில் உள்ள இந்த அற்புதமான சுருள்களையும் நான் கொடுக்க வேண்டியவன் நீதான் என்பதை நான் உணர்ந்ததிலிருந்து என் உடலில் உள்ள சக்தி யாவும் கொஞ்சம் கொஞ்சமாகக் குறைய ஆரம்பித்தது. ஆச்சர்யமாக இல்லை? என்னுடைய நீண்ட காலத் தேடலும், என் வாழ்க்கையும் முடியப் போகிறது என்பதை உணர்த்த வேறென்ன வேண்டும்?"

ஆக் மாண்டினோ

அந்த முதியவரின் குரல் சன்னமாக ஒலித்தது. தனது மெலிந்து போன கைகளால் ஹபீதின் கைகளைப் பற்றி அவர் காதருகே ஒரு ரகசியம் போல் பேசினார். "என் வார்த்தைகளை கவனமாகக் கேள் மகனே, என்னால் இதைப் பேசக் கூட அதிகம் சக்தியில்லை."

ஹபீதின் கண்களில் கண்ணீர் திரையிட்டது.

"நான் இப்போது இந்தப் புதையலை உன்னிடம் சில நிபந்தனைகளுடன் ஒப்படைக்கிறேன். அவைகளுக்கு நீ ஒப்புதல் தரவேண்டும். தவிர, இத்துடன் நூறு தங்கக் காசுகளையும் தருகிறேன். அதை உன் மூலதனமாகக் கொண்டு சில கம்பளங்களை வாங்கி உன் வியாபாரத்தைத் தொடங்கு. நான் என்னிடமிருந்து உனக்கு நிறையப் பணம் தரலாம். ஆனால், அது மிக மோசமான செயல். நீ உன் சொந்த முயற்சியால் முன்னேறித் தான் மிகச் சிறந்த வணிகன் ஆக வேண்டும். நான் நீ என்னிடம் சொன்ன வேண்டுகோளை மறக்கவில்லை என்பதைப் புரிந்துக் கொள்.

உடனே இங்கிருந்து கிளம்பி டமாஸ்கஸ் செல். அந்த நகரில் உனக்குப் பல வாய்ப்புகள் கிடைக்கும். அங்கு போய்ச் சேர்ந்து இடம் பார்த்து நிலைப் படுத்திக் கொண்ட பிறகு முதல் சுருளை எடுத்துப் பல முறை கவனமாகப் படித்து உள்வாங்கிக் கொள். நுணுக்கங்களை நன்கு அறிந்து புரிந்து செயல்படும் வழிகள் கிடைக்கும். அதன் பின்னர் நீ உன்னுடைய கம்பளங்களை முறையாக விற்பனை செய்யத் தொடங்கு. அதே நேரத்தில் அந்த சுருள்களிலிருந்து நீ பெற்ற, கற்றவைகளை உன் வியாபார முறைகளில் கையாளு. உன் வியாபாரம் கட்டாயம் தழைத்து பெரிய அளவில் முன்னேற்றம் காண்பாய். என்னுடைய முதல் நிபந்தனை நீ இந்த முதல் சுருளில் இருக்கும் கட்டளைகளுக்கு உட்பட்டு நடப்பேன் என்று செய்யும்

43

உங்களுக்குள் உள்ள விலையில்லா ஆற்றல்

சத்தியம். இதற்கு உடன்படுகிறாயா?''

''நிச்சயமாக. எஜமான்.''

''நல்லது. அதன் மூலம் நீ செய்யும் வியாபாரத்தில் கிடைக்கும் லாபத்தில் பாதியை வசதியற்ற ஏழைகளுக்குப் பயன்படும் வகையில் கொடுத்து உதவுவாயா? இந்த நிபந்தனைக்கும் நீ உட்பட வேண்டும்.''

''நிச்சயமாக.''

''இப்போது நான் சொல்லப்போவது மிக முக்கியமான நிபந்தனை. நீ இந்த சுருள்களில் உள்ள கொள்கைகளையும் அறிவுரைகளையும் எவருடனும் பகிர்ந்துக் கொள்ளக் கூடாது. நான் உன்னை திடீரென்று அடையாளம் கண்டு கொண்டது போல், நீ இதைப் பகிர்ந்து கொள்ள வேண்டிய மனிதன் உன் மனதிற்குப் புரியும் வரையிலும், வரும் வரையிலும் நீ காத்திருக்க வேண்டும். அப்படி ஒருவனை நீ கண்டு அறியும் போது நீ அவனிடம் இந்த பேழையையும், சுருள்களையும் ஒப்படைக்க வேண்டும். எனக்கு வைக்கப்பட்ட நிபந்தனைகளை நான் உனக்கும் வைத்திருக்கிறேன். ஆனால், அதில் என்ன சொல்லப்பட்டிருந்தது என்றால் நீ கண்டுபிடித்துத் தரும் மூன்றாவது ஆள் விரும்பினால் இந்த வியாபாரக் கொள்கைகளையும், ரகசியங்களையும் உலகத்திற்குக் கொடுக்கலாம். நீ இந்த மூன்றாவது கட்டளைக்கும் ஒப்புதல் தருகிறாயா?''

''தருகிறேன்.''

பாத்ரோஸ் தன் மெலிந்த கரங்களில் ஹபீதின் முகத்தை ஏந்தி ''என் பாரம் இறங்கியது போல் உணர்கிறேன். நீ இந்தப் பேழையை எடுத்துக் கொண்டு இங்கிருந்து செல். என் அன்பும், ஆசியும், வாழ்த்துக்களும் உன்னுடன் வந்து உனக்கு வெற்றி தேடித்தரும். லிஷா உன் சந்தோஷத்தைப்

பகிர்ந்து கொள்ள உன் வாழ்வில் இணைவாள்'' என்று உணர்ச்சி மிகுந்த குரலில் பேசினார்.

ஹபீதின் கண்களிலிருந்து கண்ணீர் மழைச்சரங்களாக இறங்கின. அந்தப் பேழையைக் கையிலேந்தி வாசல் வரை சென்றவன், அதைக் கீழே வைத்து விட்டு பாத்ரோசை நோக்கித் திரும்பினான். ''முன்னேற வேண்டும் என்று முழு முயற்சி செய்யும் என்னைத் தோல்விகள் ஒரு நாளும் துவளச் செய்யாது'' என்றான்.

முதியவர் தன கைகளை அசைத்து விடை கொடுத்தார்.

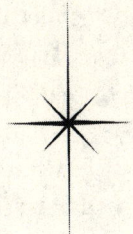

அத்தியாயம் ஏழு

ஹபீத் டமாஸ்கசின் கிழக்கு வாசல் வழியாக நகரின் உள்ளே நுழைந்தான். "ஸ்டோய்ட்" என்ற அந்த வர்த்தகர்களின் சாலையில் கூட்டமும், இரைச்சலும் அவனுக்கு மிகுந்த சந்தேகத்தையும், அச்சத்தையுமே அளித்தது. பாத்ரோஸ் போன்ற மிகப் பெரிய வணிகரின் கூட்டத்துடன் ஒரு நகரில் நுழைவது வேறு; இன்று தன்னந்தனியனாக இது போன்றவொரு நகரின் உள்ளே எதிர்காலத்தைத் தேடி கால் வைப்பது வேறு என்று அவனுக்கு விளங்கியது. அவனையே அந்தத் தெருவில் இருந்த வணிகர்கள் எல்லா திசைகளிலிருந்தும் மொய்க்க ஆரம்பித்தனர். தாமிரம், வெள்ளிப் பொருட்கள் செய்வோர், நசவாளிகள், மரச்சாமான் செய்வோர் என்று பலரும் அவனை நோக்கி கைகளை நீட்டி அழைத்த வண்ணம் இருந்தனர்.

நேராக மேற்கு திசைச் சுவருக்கு அப்பால் ஹெர்மான் மலைச்சிகரம் தெரிந்தது. அதன் உச்சியில் இன்னும் பனி படர்ந்து இருந்தது. அது அங்கிருந்து இந்த நகரின் சந்தை

இரைச்சலையும், கூட்டத்தையும் மிகுந்த பொறுமையுடன் பார்த்துக் கொண்டிருப்பது போல் ஹபீத் உணர்ந்தான். தங்குவதற்கு இடம் தேடி மொஷியா என்ற சத்திரத்தை அடைந்தான். சுத்தமாக இருந்த ஒரு அறையை வாடகையைக் கொடுத்துத் தன் தங்குமிடமாக்கிக் கொண்டான். கழுதையைச் சத்திரத்தின் பின்னால் ஓரிடத்திற்குச் சென்று கட்டிய பின் குளித்து வேறு உடை அணிந்து தன் அறைக்குத் திரும்பினான்.

அந்தச் சிறிய செடார் பேழையை எடுத்துக் கட்டிலின் கீழே வைத்தான். அதன் தோல்பட்டைகளை நீக்கி, மூடியைத் திறந்து அதிலிருந்து தோல் சுருள்களைத் தொட அவனுக்கு அவைகளுக்கு உயிர் இருப்பது போல் தோன்றியது. தன் கையைச் சட்டென்று இழுத்துக் கொண்டான்.

மெதுவாக எழுந்து சென்று ஜன்னல் வழியே வெளியே பார்த்தபோது கிட்டத்தட்ட அரை மைல் தூரத்திற்கு நீண்டிருந்த சந்தையின் இரைச்சல் கேட்டது. மீண்டும் பயமும், சந்தேகமும் அவன் மனதில் எழுந்தன. அவனது தன்னம்பிக்கை தளர்வது போல் தோன்றியது. கண்களை மூடிக் கொண்டு சுவரில் சாய்ந்து கொண்டபோது அவனையறியாமல் கண்களிலிருந்து கண்ணீர் வழிந்தது. ''ஐயோ, எவ்வளவு பெரிய மூடன் நான். ஒட்டகப் பையனாக இருந்த நான் ஒரு மிகப் பெரிய வியாபாரி ஆக வேண்டும் என்று கனவு கண்டது எவ்வளவு பெரிய மடத்தனம். என்னால் இந்தத் தெருவில் உள்ள பல வியாபாரக் கூட்டங்களையும், கூச்சல்களையும் கடந்து வரும் தைரியம் கூட இல்லையே? என்னை விடவும் பலம் கொண்டு, தயார் நிலையில் இருக்கும் எத்தனை வணிகர்களை இன்று என் கண்கள் பார்த்தன? அவர்களுக்குத்தான் எத்தனை தைரியம், உற்சாகம், மற்றும் விடாமுயற்சி? இவர்களையெல்லாம் சமாளித்து இந்த வணிக வனத்தில் என்னால் முன்னேற

ஆக் மாண்டினோ

முடியும் என்று நினைத்தது எவ்வளவு முட்டாள்தனம்? பாத்ரோஸ், என் எஜமானே, நான் மீண்டும் ஒரு முறை தோற்று விடுவேனோ என்று அஞ்சுகிறேன். என்று தனக்குத் தானே பேசிக்கொண்டான். பயணத்தின் சோர்வில் கண்களில் உறக்கம் வர அவன் அழுகையின் விம்மல்கள் நிற்கவில்லை. காலையில் அவனைப் பறவைகளின் குரல்கள் தூக்கத்திலிருந்து எழுப்பின. அவன் படுக்கையில் எழுந்து உட்கார்ந்த போது ஒரு சிட்டுக் குருவி கீழே இருந்த அந்த செடார் பேழையின் மேல் அமர்ந்திருந்தது. ஜன்னல் வழியே வெளியே பார்த்தபோது ஏராளமான சிட்டுக் குருவிகள் மரங்களில் அமர்ந்து கிறீச்சிட்டுக் கொண்டு காலை நேரத்தை வரவேற்றுக் கொண்டிருந்தன. ஜன்னலின் விளிம்பில் அமர்ந்திருந்த ஓரிரு சிட்டுகளும் அவன் அருகே வந்ததும் பயந்து பறந்து சென்றன. ஆனால், பேழையின் மேல் அமர்ந்திருந்த சிட்டுக் குருவி மட்டும் பயப்படாமல் தலையைச் சாய்த்து அவனைப் பார்த்தது.

ஹபீத் மெதுவாக எழுந்து அருகில் சென்று தன் கையை நீட்டினான். பறவை அதில் பறந்து வந்து அமர்ந்தது. ''உன் தோழர்கள் எல்லாம் பயந்து ஓடுகின்றனர். ஆனால், நீ மட்டும் தைரியமாக உள்ளே வந்திருக்கிறாயே?'' என்றான்.

அந்தச் சிட்டு அவன் கரத்தைத் தனது கூரான அலகினால் லேசாகத் தொட்டது. அதை மேஜையருகே கொண்டு சென்று தன் பையிலிருந்த ரொட்டியையும், வெண்ணைக் கட்டியிலிருந்தும் கொஞ்சம் எடுத்து அதன் அருகில் வைக்க அது அவற்றை சுவைக்க ஆரம்பித்தது.

ஹபீத் மறுபடி ஜன்னல் அருகே சென்று அந்த ஜன்னலில் இருந்த இடைவெளிகளைப் பார்த்தான். அவை நிச்சயம் அந்தக் குருவியால் உள்ளே நுழையப் போதுமான இடம் தருவதாக இல்லை. அவனுக்கு பாத்ரோசின் வார்த்தைகள்

உங்களுக்குள் உள்ள விலையில்லா ஆற்றல்

நினைவுக்கு வந்தது; தானே அதை உரக்கச் சொன்னான். ''முன்னேற வேண்டும் என முழு முயற்சி செய்யும் உன்னைத் தோல்விகள் துவளச் செய்யாது.''

திரும்ப பேழையின் அருகே வந்தான். ஒரே ஒரு சுருள் மட்டும் மற்ற எல்லாவற்றையும் விட நலிந்து இருந்தது. அதை கையிலெடுத்து மெதுவாகப் பிரித்தான். பின் திடீரென நினைத்துக் கொண்டவனாக அந்தச் சிட்டுக் குருவியைத் தேடினான். அதைக் காணவில்லை. ரொட்டி மற்றும் பாலாடைக் கட்டியின் சிறு துகள்கள் தான் அது அவற்றை கொத்தித் தின்று விட்டுப் போனதற்கான அடையாளமாக இருந்தது. என்ன தைரியம் அந்தச் சின்னஞ் சிறிய பறவைக்கு?

ஹபீத் கையிலிருந்த சுருளைப் பிரித்துப் பார்க்க அந்தச் சுருளில் 1 என்ற எண் இருந்தது.

அவன் படிக்க ஆரம்பித்தான்...

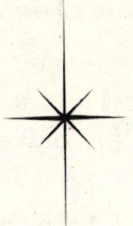

அத்தியாயம் எட்டு

முதல் சுருள்

இன்று முதல் எனக்கு புது வாழ்க்கை.

தோல்விகளாலும், வெகு நாட்களாய் என் திறமையின்மையால் உண்டான காயங்களாலும் ஆன என் பழைய தோலை உரித்தெறிகிறேன்.

இன்று ஒரு அற்புதமான திராட்சைத் தோட்டத்தில் என் புதுப் பிறவி நிகழ்கிறது.

இன்று இங்குள்ள மிகச் சிறந்த மேதமை உள்ள சிறந்த திராட்சைக் கனிகளைப் பறிக்கப் போகிறேன். ஏனெனில், இவை எல்லாம் காலங்காலமாகப் புத்திசாலிகளான என் முன்னோர்களால் பயிரிட்டு வளர்க்கப்பட்டது.

நான் இந்தக் கனிகளின் சுவையை அனுபவித்து அதன் விதையை விழுங்கப் போகிறேன். ஏனெனில், அதிலிருந்து தான் என் வெற்றியின் துளிர்கள் வரப் போகின்றன.

என்னுடைய தொழிலின் இந்தப் பயணத்தில் ஏராளமான வாய்ப்புகள் இருந்தாலும், பல தோற்றவர்களின்

உங்களுக்குள் உள்ள விலையில்லா ஆற்றல்

உடல்களால் ஆன நிழல் உலகின் பிரமிடுகள் மேல் நிழல் பதிக்கக்கூடும்.

ஆனாலும், நான் தோற்க மாட்டேன். ஏன் தெரியுமா? என் கைகளில் உள்ள இந்த வழிகாட்டி என்னை சிரமமான ஆற்றோட்டங்களைக் கடந்து நேற்று கனவாக இருந்த கரையை நான் இன்று சேர உதவும்.

இனி தோல்வி என் போராட்டத்திற்கு நான் தரப் போகும் விலையல்ல. இயற்கை என்னைத் தோல்வியின் வலிகளைத் தாங்கப் படைக்கவில்லை. வலியும், தோல்வியும் இனி எனக்கு சம்பந்தமற்றவை. நேற்று நான் அவற்றை சகித்துக் கொண்டு இருந்திருக்கலாம். ஆனால், இனி என் வெற்றியின் ஒளியின் முன் அந்த நிழல்கள் பொருட்டல்ல. இனி எனக்கு செல்வம், மகிழ்ச்சி, சிறந்த நிலை போன்றவைகளுக்கு வழிகாட்டும் கொள்கைகளும், அறிவும் தான் சொந்தம். என் மிகுந்த ஆசைக்குரிய கனவான ஹெஸ்பிரிடிஸ் தோட்டத்தின் தங்கக் கனிகள் தான் எனக்குக் கிடைக்கப் போகும் பரிசு.

காலம் எல்லையற்ற வாழ்க்கையைக் கொண்டவனுக்குத்தான் பாடம். ஆனால் எனக்கு அந்த பாக்கியம் கிடையாது. இருந்தாலும், எனக்குக் கிடைத்துள்ள இந்த வாழ்க்கையில் நான் பொறுமை காக்க வேண்டும். காலம் எதையும் உடனே செய்வதில்லை. மரங்களின் அரசனான ஆலிவ் மரம் உருவாக நூறு ஆண்டுகள் தேவை; ஆனால் ஒரு வெங்காயச் செடியின் வாழ்க்கை வெறும் ஒன்பது வாரங்களே. நான் இதுவரை அதைப் போல் இருந்து விட்டேன். அந்த வாழ்க்கையில் மகிழ்ச்சி இல்லை. நான் ஒரு ஆலிவ் மரமாக, அதாவது, உலகின் தலைசிறந்த வர்த்தகனாக வேண்டும்.

இதை நான் எப்படி சாதிக்கப் போகிறேன்? எனக்கு அதற்குத் தேவையான அறிவோ, அனுபவமோ இல்லை; தவிர, என்

ஆக் மான்டினோ

அறியாமையால் தோல்வியடைந்து சுய பச்சாதாபத்தில் விழுந்து விட்டேன். இதற்கு என்ன தான் வழி? நான் இனி ஒரு புதிய பாதையில் செல்லப் போகிறேன். அதில் தேவையற்ற விஷயங்களோ, அர்த்தமற்ற அனுபவங்களுக்கோ அவசியமில்லை. எனக்குத் தேவையான அறிவை இயற்கை எனக்கு அளித்திருக்கிறது. பெரும்பாலும் வயதானவர்கள் தான் இவற்றை அதிகமாக மதிப்பிட்டு உளறுவார்கள்.

உண்மையில், அனுபவம் பல விஷயங்களைக் காலத்தின் செலவில் கற்றுத் தருகிறது. ஆனால், காலம் செல்லச் செல்ல பாடங்கள் குறைந்து, அறிவு முதிர்ச்சி ஏற்படுகிறது. அதனால் அவை இறக்கும் தருவாயில் வருகின்றன. தவிர, அனுபவம் என்பது நாகரீகத்தைப் போன்றது; இன்று வெற்றி தரும் ஒரு காரியம், நாளை உபயோகம் அற்றதாகி விடும்.

கொள்கைகள்தான் காலம், காலமாக நிலைத்து நிற்பவை. இந்தச் சுருள்களின் மூலமாக நான் பின்பற்றப் போகும் கொள்கைகள் என்னை சிகரத்திற்கு ஏற்றும். இவை கட்டாயம் என்னைத் தோல்விகளிலிருந்து காப்பாற்றும். வெற்றி என்பது என்ன? மனதின் நிலை தானே? ஆயிரம் புத்தி சாலிகளிடையே எந்த இரண்டு பேருடைய வெற்றியின் ரகசியம் ஒன்றாக இருக்கும்? ஆனால் "தோல்வி" என்பதை ஒரே வார்த்தையில் அடக்கி விடலாம்; தோல்வி என்பது ஒரு மனிதனால், அவன் நினைத்த இலக்கை அடைய முடியாத நிலை, அது எதுவாக வேண்டுமானாலும் இருக்கட்டும்.

வெற்றி பெற்றவனுக்கும், தோல்வி அடைந்தவனுக்கும் உள்ள ஒரே வித்தியாசமும் அவர்களின் வித்தியாசமான அல்லது வேறுபட்ட பழக்கங்களே. நல்ல பழக்கங்கள் வெற்றிக்கான திறவுகோல். மோசமான பழக்கங்கள் தோல்விகளின் கதவுகளைத் திறந்து விடுபவை. எனவே நான் முதலில் பின்பற்றபோகும் சட்டம் அல்லது விதி: நான்

உங்களுக்குள் உள்ள விலையில்லா ஆற்றல்

நல்ல பழக்கங்களைப் பின்பற்றி அவற்றின் அடிமையாகப் போகிறேன். சிறுவனாக நான் என்னுடைய உத்வேகங்களுக்கு அடிமையாக இருந்தேன். நான் இனி எல்லா வளர்ந்த மனிதர்களைப் போல என் பழக்க வழக்கங்களுக்கு அடிமை. என் பழைய நடவடிக்கைகள் இனி உபயோகப் படாது. அவை நிச்சயமாக என் முன்னேற்றத்தைத் தடை செய்யும். எதிர்காலத்தை பாதிக்கும். என் நடவடிக்கைகள் எல்லாமே பசி, ஆசை, வேகம், கோபம், தாபம், சுற்றுப் புறம், பழைய பழக்கங்கள் இவற்றைச் சார்ந்துள்ளவை. அதில் மிகவும் ஆபத்தானது பழக்கங்கள். எனவே தான், நான் இனி நல்ல பழக்க வழக்கங்களின் அடிமையாக வேண்டும். மோசமானவைகளை ஒழித்துப் புதியவைகளுக்கு விதையிட வேண்டும்.

நான் நல்ல பழக்கங்களை உருவாக்கி அதன்படி செல்வேன்.

இது நிச்சயமாகக் கஷ்டமான காரியமே. இதை நான் எப்படி சாதிக்கப் போகிறேன்? இந்தச் சுருள்கள் மூலம்; ஏனென்றால், இந்த ஒவ்வொரு கொள்கையும் மோசமானவற்றை விரட்டி, வெற்றி தரும் வழிகளைக் காட்டுபவை. இயற்கையின் படியே ஒரு பழக்கமே இன்னொரு பழக்கத்தை மாற்றும். எனவே, நான் என் புதிய வாழ்க்கையைத் தொடங்க என்னை ஒழுங்குமுறைப் படுத்திக் கொள்ள என்னுடைய முதல் பழக்கம் இது தான்.

ஒவ்வொரு சுருளில் உள்ள கொள்கையையும் நான் அதில் விதிக்கப்பட்ட முறைப்படி முப்பது நாட்களுக்குப் படித்துப் பழக்கப்படுத்திக் கொண்ட பின்னரே, அடுத்த சுருளுக்குச் செல்ல வேண்டும்.

முதலில் காலை நான் எழும்போது இவற்றை அமைதியுடன் படிக்கப் போகிறேன். பின் மதிய உணவுக்குப்

ஆக் மான்டினோ

பின் மீண்டும் ஒரு முறை அதை மனதிற்குள் படித்துக் கொள்வேன். கடைசியில் நாளின் இறுதியில் மீண்டும் ஒரு முறை; ஆனால், இந்தத் தடவை நான் அதை வாய்விட்டு, உரக்கப் படிப்பேன்.

மறுநாளும் இதே போல். முப்பது நாட்களுக்குத் தொடர்ந்து இந்தப் பயிற்சியை மேற்கொள்வேன். பின்னர் இரண்டாவது சுருளை எடுத்து அதை அடுத்த முப்பது நாட்களுக்குப் பயிற்சி செய்வேன். இதே போல் ஒவ்வொன்றையும் முப்பது, முப்பது நாட்களுக்குப் படித்து உணரும்போது அதுவே எனக்கு ஒரு பழக்கமாகி விடும்.

இதனால் என்ன பயன் என்கிறீர்களா?

இதில் தான் ஒரு மனிதனின் வெற்றியின் ரகசியம் அடங்கியிருக்கிறது. நான் இந்தக் கொள்கைகளைத் திரும்பத் திரும்பப் படித்து உணர்வதன் மூலம் அவை என் அறிவின் ஒரு பகுதியாகி என்னை முழுமையாக, நானே எதிர்பாராத விதத்தில் மாற்றி அமைக்கும்.

என் மனமும், அறிவும் இந்தக் கொள்கைகளை உள் வாங்கிக் கொண்டு ஒவ்வொரு நாளும் நான் விழித்தெழும் போது எனக்குப் புத்துணர்ச்சியைத் தரும். என்னுடைய ஊக்கமும், உற்சாகமும் என் பயன்களை விரட்டி என்னைப் புதுமனிதனாக்கும். நான் எதிர் கொள்ளும் ஒவ்வொரு சந்தர்ப்பத்திலும், நான் இந்த சுருள்களிலிருந்து கற்ற, பெற்ற அறிவு எனக்கு மிகுந்த பயனைத் தரும். காலப் போக்கில் இதைப் பின்பற்றுவதை எளிதாக்கும். இப்படியாக ஒரு புதிய நல்ல பழக்கம் என்னிடம் உருவாகும். அது எளிதாகும். எளிதாகும் எதையுமே திரும்பச் செய்ய மனம் ஆசைப்படும். இதனால் நான் அந்த நல்ல பழக்கத்தின் அடிமை ஆகிறேன்.

இன்று நான் என் புதிய வாழ்க்கையைத் தொடங்குகிறேன்.

இது சத்தியம். இதை நான் மீறப் போவதில்லை. நான் இந்தப் பயிற்சியை ஒரு நாள் கூடத் தவற விடமாட்டேன். ஒவ்வொரு நாளும் என் நேரத்தை இதற்காக செலவிடுவதை நான் நிறுத்தப் போவதில்லை. இது நான் அடையப் போகும் பிற்கால வெற்றிக்குத் தரும் ஒரு சிறிய விலை.

இந்தச் சுருள்களில் உள்ள சுருக்கமான கட்டளைகளை நான் எளிதாகவோ அலட்சியமாகவோ எடுத்துக் கொள்ளப் போவதில்லை. ஆயிரம் திராட்சைகள் ஒரு ஜாடியில் மதுவுடன் அடைக்கப்படுகின்றன. அதன் தோலும், கசடும் பறவைகளுக்கு எடுத்து வீசப்படுகின்றன. திராட்சையின் ரசம் போன்றவைதான் இந்த அறிவு மொழிகள். வேண்டாதவை வடிக்கட்டப்பட்டு விட்டன. இந்த உயர்ந்த ரசத்தின் ஒவ்வொரு துளியையும் சிந்தாமல், சிதறாமல், கட்டளையின்படி சுவைப்பதுதான் என் வேலை. நான் வெற்றியின் விதைகளை விழுங்குகிறேன்.

நான் என் பழைய தூசு படர்ந்த உடலின் மேல் தோலை உதறிவிட்டுப் புதிதாகப் பிறந்திருக்கிறேன். நான் நிமிர்ந்த நடையுடன் செல்வதைப் பார்த்து என்னைப் புரிந்து கொள்ளாதவர்கள் போகட்டும்.

ஏனென்றால் நான் இன்று ஒரு புது மனிதன்; நான் தொடங்கப் போவது ஒரு புது வாழ்க்கை.

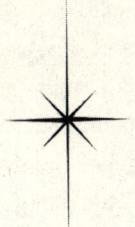

அத்தியாயம் ஒன்பது

சுருள் இரண்டு

இந்த நாள் அன்பால் நிறைந்த இனிய நாள்.

ஏனெனில் இது தான் மிகப் பெரிய சாதனைகளின் ரகசியம். பலம் பலவற்றைத் தகர்த்து அழிக்கும்; ஆனால், அன்பின் கண்ணுக்குத் தெரியாத பலம் பல இதயத்தின் கதவுகளைத் திறக்கும் சக்தி வாய்ந்தது. அதில் நான் வெற்றி பெறாத வரை நான் சந்தையில் திரியும் அற்ப வியாபாரியாகத்தான் இருப்பேன். நான் அன்பை என் ஆயுத்தமாகிக் கொண்டால் அதை எந்த சக்தியாலும் எதிர்க்க முடியாது.

நான் சொல்லும் காரணங்கள் மறுக்கப்படலாம், என் பேச்சை நம்பாமல் போகலாம், என்னுடைய உடைகள் அவர்களுக்கு ஏற்புடையதாக இருக்கலாம், என் முகத்தை அவர்கள் வெறுக்கலாம்; என்னுடைய பேரம் பேசும் விதம் சந்தேகத்தைக் கிளப்பலாம். ஆனால், அன்பு எவர் மனதையும் உருகச் செய்யும், வெயிலில் பனி உருகுவது போல்.

இந்த நாள் அன்பால் நிறைந்த இனியநாள். ஆனால், இதை நான் எப்படி நடைமுறைப்படுத்தப்

உங்களுக்குள் உள்ள விலையில்லா ஆற்றல்

போகிறேன்? இன்றிலிருந்து நான் ஒவ்வொன்றையும் நேசிப்பவனாகிறேன். என் உடலை வெதுவெதுப்பாக்கும் சூரியனை நேசிக்கிறேன். என் மனசை சாந்தப்படுத்தும் மழையையும் நான் விரும்புகிறேன். எனக்கு வழிகாட்டும் ஒலியும் எனக்கு உகந்ததே; ஆனால் இருட்டும் எனக்குப் பிடிக்கும். ஏனென்றால் அப்போது தானே நான் மினுக்கும் நட்சத்திரங்களைக் காண முடியும்? மகிழ்ச்சி என் மனசை விசாலப்படுத்துமானால், சோகம் என் ஆத்மாவை உணரச் செய்கிறது. வெற்றிகள் எனக்குரியவை; தோல்விகள் எனக்கு சவால்.

இந்த நாள் அன்பால் நிறைந்த இனியநாள். நான் எப்படி பேசப்போகிறேன்? நான் என் எதிரிகளையும் புகழ்ச்சியினால் நண்பர்களாக்கிக் கொள்வேன்; நண்பர்கள் என் சோதரர் ஆவர். பாராட்டுகளுக்குக் காரணங்களைத் தேடியபடி இருப்பேன்; வீண் வம்புக்காக அலையமாட்டேன். நான் எவரையானும் குறை கூற நேர்ந்தால் நாக்கைக் கடித்துக் கொள்வேன். புகழ வேண்டுமா? கூரை மீது நின்று கூவிப் பாராட்டுவேன்.

பறவைகளும், காற்றும், கடலும், இயற்கையின் அழகுகளும் தன்னைப் படைத்தவனின் புகழைப் பாடியபடி இல்லை? அதே குரலில் நானும் ஏன் கடவுளின் குழந்தைகளைப் பற்றி பாடக் கூடாது? இனி இந்த ரகசியமே என் வாழ்க்கையின் போக்கை மாற்றப் போகின்றது.

இந்த நாள் அன்பால் நிறைந்த இனியநாள். நான் எப்படி நடந்து கொள்ள வேண்டும்? ஒவ்வொரு மனிதனிடமும் பாராட்ட வேண்டிய குணங்கள் மறைந்து இருக்கிறது. அதனால், நான் அவர்களை நேசிக்கப் போகிறேன். அவர் மனசில் எழும் சந்தேகங்களையும், வெறுப்பையும் எடுத்தெறிந்து அன்பால் அவர்கள் இதயத்திற்கு ஓர் பாலம் அமைப்பேன்.

ஆவல் நிறைந்த மனிதர்கள் என்னைப் புத்துணர்வு கொள்ளச் செய்கின்றனர்; தோல்விகள் எனக்கு பாடங்களை போதிக்கின்றன. அரசர்களை மதிக்கும் நான் வலிமையற்றவர்களையும் அவர்களின் புனிதத்திற்காக நேசிக்கிறேன். பணம் படைத்தவர்கள் தனிமையானவர்கள்; ஏழைகளோ ஏராளம். இருவருக்குமே என் அன்பு உண்டு. சிறியவர்களை அவர்களின் நம்பிக்கைக்கும், பெரியவர்களை அவர்களின் அனுபவத்திற்கும் மதிக்க வேண்டும். அழகானவர்களின் கண்களின் சோகம் தெரியும்; ஆனால் அழகற்றவர்களின் மனதின் புனிதம் புரியும்.

இந்த நாள் அன்பால் நிறைந்த இனியநாள். நான் மற்றவர்களின் நடவடிக்கைகளை எப்படி எதிர் கொள்ளப் போகிறேன்? அன்பினால். அன்பே மனிதர்களின் இதயத்தைத் திறக்க வைக்கும் ஆயுதம். அதே அன்பு தான் என்னை வெறுப்பு எனும் அம்புகளிளிருந்தும், கோபம் என்னும் ஈட்டியிலிருந்தும் பாதுகாக்கும் கவசமும், எதிர்ப்பையும், தைரியமிழக்கச் செய்யும் செயல்களையும் இந்தப் புதிய கேடயம் தடுத்து பலமிழக்கச் செய்து விடும். இது என்னை வியாபாரச் சந்தையில் தனிமையிலிருந்து காக்கும். பொறுப்பைக் குறைத்து, அமைதியைக் கொடுக்கும். இந்த அன்பு நாளடைவில் இன்னும் அதிக பலம் பெற்று, நான் வெற்றி நடை போட்டு, கோபுரத்தின் உச்சியை அடையக் காரணமாகி விடும்.

இந்த நாள் அன்பால் நிறைந்த இனியநாள். நான் ஒவ்வொருவரையும் எப்படி எதிர்கொள்ளப் போகிறேன்? ஒரே வழிதான். நான் என் மனசில் சொல்லிக் கொள்ளப் போவது நான் உன்னை நேசிக்கிறேன் என்பதையே. என் விழிகள் அதை அவர்களுக்கு உணர்த்தும்; மொழிகளில் அவை எதிரொலிக்கும். புன்சிரிப்பில் அவர்கள் புரிந்துக் கொள்வார்கள். அவர்கள் அதன் பின்னர் என் பொருளை

உங்களுக்குள் உள்ள விலையில்லா ஆற்றல் மறுக்க முயலுவார்கள்?

இந்த நாள் அன்பால் நிறைந்த இனியநாள்.

எல்லாவற்றுக்கும் மேலாக நான் என்னையே மிகவும் நேசிக்கிறேன். நான் செய்யும் ஒவ்வொரு செயலும் என் உடம்பால், மனத்தால், இதயத்தால், ஆத்மாவினால் பரிசீலிக்கப் பட்டது. என் உடலின் வேட்கைகளுக்கு முதலிடம் தரமாட்டேன்; அதற்கு வேண்டியது சுத்தமும், அடக்கமும். மனசை தீயவையோ, வெறுப்போ தீண்டாமல் பாதுகாப்பேன். அதற்குத் தேவை அறிவும், விவேகமுமே. என் ஆத்மாவைச் சோர்ந்துப் போய் சோம்பிக் கிடக்கவிடேன். தியானமும், பிரார்த்தனையும் அதை உயர்த்தும். என் இதயத்தில் சின்னத்தனமோ, கசப்போ இராது. அதை அன்பால் அரவணைத்து உலகத்துக்கு உபயோகப்படுத்துவேன். இந்த நாள் அன்பால் நிறைந்த இனியநாள். இன்றிலிருந்து நான் மானுடத்தைக் காதலிக்கப் போகிறேன். என்னிடமிருக்கும் வெறுப்பு முழுவதுமாய்ச் சென்று அன்பு என்னை ஆக்கிரமிக்கும். நான் இன்றிலிருந்து மனிதர்களிலே ஓர் மனிதன். என்னுடைய வியாபாரத்தை நூறு மடங்கு பெருக்கி ஒரு மிகச் சிறந்த வணிகன் என்று பெயர் வாங்க இது தான் முதல் படி. அன்பினால் எதையும் வெல்லலாம்; ஆனால் அன்பற்ற இடத்தில் உள்ள அறிவோ, திறமையோ பயன்படாது.

இந்த நாள் அன்பால் நிறைந்த இனியநாள்.

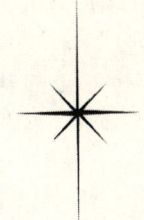

அத்தியாயம் பத்து
சுருள் மூன்று

வெற்றி என் பக்கம்.

கிழக்கு நாடுகளில் இளம் காளைகள் போர்க்களத்திற்குத் தயாராகி விட்டனவா என்பதை ஒரு விதமாக சோதிப்பார்கள். ஒவ்வொன்றும் அந்த அரங்கத்தினுள் விடப்பட்டபின் அதை அந்தக் காளையுடன் ஆயுதம் தாங்கிப் போரிடும் வீரனுடன் மோத வைப்பார். அவற்றின் வீரம் அந்தக் காளை எவ்வளவு முறை அவன் கத்தியால் தாக்கப்பட்டும் மீண்டும் மீண்டும் பாயத் தயாராகின்றது என்பதை வைத்தே நிர்ணயிக்கப்படும். இன்றிலிருந்து, நானும் ஒவ்வொரு நாளும் எனக்கு அதே போல் ஒரு பரீட்சை நடப்பதாக எண்ணிக் கொள்வேன். நான் விடாமல், தொடர்ந்து முயற்சி செய்து முன்னே பாய்ந்து கொண்டேயிருந்தால் எனக்கு வெற்றி நிச்சயம்.

வெற்றி என் பக்கம்.

தோல்விகளுக்காக நான் இங்கு பிறக்கவில்லை; அன்றி, தோல்வி என் நரம்புகளில் இல்லை. நான் ஓட்டுபவன், விரட்டிச் செல்லும் மனதை ஆடு அல்ல. நான் ஓர் சிங்கம்.

இந்த சிங்கம் ஆடுகளுடன் பேசாது, நடக்காது அல்லது தூங்காது. நான் அழுது புலம்புபவர்களின் பேச்சைக் கேட்கமாட்டேன். ஏனெனில், அது தோற்று நோய். அவர்கள் ஆட்டு மந்தையில் சேரட்டும். தோல்வி என்னும் கசாப்புக் கடை விதியல்ல.

வெற்றி என் பக்கம்.

வாழ்க்கையின்வெற்றிக்கனிகள்ஆரம்பத்தில்கிடைக்காது. பின்னால் தான் வரும். ஆனால், அதை அடைய எத்தனை படிக்கட்டுகள் என்றும் தெரியாது. என்னுடைய ஆயிரமாவது படியில் இருந்தும், அடுத்து வரும் ஒரு திருப்பத்தில் என் வெற்றி காத்திருக்கலாம். அந்த இடத்தில் நான் திரும்பும் வரை அது எனக்கு மிக அருகில் தான் இருக்கிறது என்பது எனக்குத் தெரியாமல் இருக்கலாம்.

எப்போதுமே நான் இன்னொரு அடி எடுத்து வைப்பேன். அதில் பயனில்லை எனில் இன்னொன்று; இல்லையா, மேலும் ஒன்று. உண்மையில் ஓரோர் அடியாக எடுத்து வைத்துச் செல்வதில் சிரமமில்லை.

வெற்றி என் பக்கம்.

இன்றிலிருந்து என்னுடைய ஒவ்வொரு நாள் முயற்சியும் ஒரு பலமான ஓர் மரத்தில் என் கத்தியின் ஓர் அடி விழும். ஒன்று, இரண்டு, மூன்று, இவைகளுக்கு எந்தப் பலனுமில்லாமல் போகலாம். ஆனாலும், என்னுடைய இந்தத் தொடர்ந்த வீச்சுகள் ஒரு நாள் மரத்தைச் சாய்க்கும். அது நான் இன்று தொடங்கும் முயற்சிகளின் பலன்.

நான் மலையின் மேல் விழும், அதைக் கரைத்துச் செல்லும் மழைத்துளி; நான் புலியை அச்சுறுத்தும் எறும்பு; பூமியை ஒளிரச் செய்யும் வானின் விண்மீன்; பெரிய கோபுரத்தை உருவாக்கும் தொழிலாளி; என்னுடைய மாளிகையை

ஆக் மாண்டினோ

ஓரோர் கற்களால் தான் கட்டப் போகிறேன். ஆனால் சிறு சிறு முயற்சிகளே இறுதியில் முடிவுகளைக் கொண்டு வரும்.

வெற்றி என் பக்கம்.

என்னுடைய அகராதியில் இனி தோல்வி என் சொல்லுக்கே இடமில்லை. விட்டுவிடு, முடியாது, இயலாது, கடினமானது, சிரமமானது, கேள்விக்கே இடமில்லை, அசாத்தியம், தோல்வி, செய்ய முடியாதது, நம்பிக்கையற்றது, பின் வாங்குதல் போன்ற வார்த்தைகளும், சொற்றொடர்களும் முட்டாள்களுடையது. இயலாமை என்னும் கிருமி என் புத்தியைப் பற்றிக்கொண்டால் நான் அதிலேயே உழலுவேன். நான் கடினமாக உழைத்துச் சகித்துக் கொள்வேன். என் காலடியில் உள்ள தடைகளை மதிக்காமல் என் கண்கள் என் சிரத்திற்கு மேல் தென்படும் வெற்றியையே கவனித்துக் கொண்டிருக்கும். பாலைவனம் முடியும் இடத்தில் தான் பசும் புற்கள் முளைக்கும்.

வெற்றி என் பக்கம்.

பழமையான சராசரிகளின் சட்டம் தான் என் நினைவுக்கு வரும். அதை எனக்கு சாதகமாக வளைத்துக் கொள்வேன். நான் விற்பனையில் சந்திக்கும் ஓரோர் தோல்வியும், எனது அடுத்த முயற்சியின் வெற்றிக்காக வாய்ப்பை அதிகரிக்கும். "வேண்டாம்" என்று நான் கேட்கும் வார்த்தை "வேண்டும்" என்ற சொல்லுக்கு அருகில் கொண்டு செல்லும். கோபமான பார்வைகள் எல்லாம் என்னை பின்னால் பார்க்கப் போகும் புன்னகைகளுக்கே தயார் செய்கிறது. இன்றைய துரதிர்ஷ்டம், நாளைய அதிர்ஷ்டம். இரவு இருந்தால் தானே பகலின் அருமை தெரியும்? பல முறை தோல்விகளை சந்தித்தால் தான் நான் வெற்றியை உணர முடியும்.

வெற்றி என் பக்கம்.

நான் தொடர்ந்து முயற்சி செய்து கொண்டேயிருப்பேன். ஒவ்வொரு தடையும் என்னுடைய இலக்கை அடைய சுற்றி வளைத்துச் செல்லும் ஒரு சவால். நான் ஒரு கப்பலின் மாலுமி எப்படி ஒவ்வொரு புயலின் நடுவிலும் பயணம் செய்யும் ஆற்றலைப் பெறுகிறானோ அது போன்றதொரு ஆற்றலைப் பெறுவேன்.

வெற்றி என் பக்கம்.

இன்றிலிருந்து நான் இந்தத் தொழிலில் மற்றவர் பெற்ற வெற்றியின் ரகசியங்களை அறிந்து என் முயற்சியில் சிறப்பு சேர்ப்பேன்.

ஒவ்வொரு நாள் முடியும் போதும் இன்னும் கொஞ்சம் அதிகமான விற்பனையைச் செய்ய முற்படுவேன். என் உடல் சோர்ந்தாலும், மனம் சோர்வடையாது. மீண்டும் ஓர் முயற்சி. தோற்றாலும் மீண்டும் ஓர் முயற்சி. என் நாட்கள் தோல்வியில் முடியக் கூடாது. மறுநாள் நான் பெறப் போகும் வெற்றிக்கான விதையை இன்றே போட்டு முடிந்த பிறகே நான் வீடு திரும்புவேன். நேரம் எனக்கு பொருட்டல்ல. உழைப்புத்தான் முக்கியம். மற்றவர் தங்கள் போராட்டத்தை நிறுத்தும்போது தான் என்னுடையது ஆரம்பமாகும். ஆகவே எனக்கு வெற்றி நிச்சயம்.

வெற்றி என் பக்கம்.

நேற்றைய சாதனை என்னை இன்று அலட்சியமாக இருக்கச் செய்யாது. அதான் தோல்வியின் அஸ்திவாரம், அன்றன்றைய தினங்களின் நன்மை, தீமைகளை அன்றோடு மறந்து விட்டு அடுத்த நாள் உதயத்தை, இந்த நாள் இனிய நாள் என்ற நம்பிக்கையுடன் எதிர்கொள்வேன்.

இந்த ஆசையும், நம்பிக்கையும் நான் உள்ளவரை

ஆக் மான்டினோ

என்னுடன் இருக்கும். எனக்கு வெற்றியின் ரகசியங்கள் தெரியும்.

நான் கடுமையாக முயன்றால் வெற்றி நிச்சயம்.

நான் முயற்சி செய்வேன்.

என் வெற்றி நிச்சயம்.

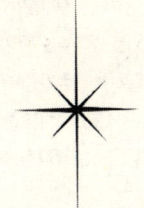

அத்தியாயம் பதினொன்று

சுருள் நான்கு

நான் இயற்கையின் மிகப் பெரிய அதிசயம்.

ஆரம்ப நாட்களிலிருந்து என் அறிவைப் போல், மனதைப் போல், கண்களைப் போல், காதுகளைப் போல், கைகளைப் போல், வாயைப் போல் வேறொன்று இருந்ததில்லை. என்னைப் போல் இருப்பவரோ, நிற்பவரோ, நடப்பவரோ, இன்றோ, நாளையோ, நாளை மறுநாளோ தோன்றப் போவதில்லை. எல்லோரும் என் சோதரர்களே, ஆனாலும் நான் ஒரு தனிப்பிறவி.

நான் இயற்கையின் மிகப் பெரிய அதிசயம்.

நானும் ஒரு மனித மிருகம் என்றாலும், அந்த சராசரி வாழ்க்கை எனக்கு திருப்தி தரவில்லை. எனக்குள் எரியும் சவாலை பல தலைமுறைகளாகக் கடந்து வந்து என்னில் நான் இன்னும் மேம்பட வேண்டுமென்று உறுத்திக் கொண்டேயிருக்கிறது. நான் "அதிருப்தி" என்ற இந்த நெருப்பை மேலும் ஊதி வளர்த்து என் தனித்தன்மையை உலகிற்குக் காட்டுவேன்.

என் தூரிகை தீட்டும் வண்ணங்கள் வித்தியாசமானவை. என் உளி செதுக்குவதை இன்னொருவர் செதுக்க முடியாது. என் கையெழுத்து வித்தியாசமானது. என் குழந்தையை வேறொருவன் உருவாக்க இயலாது. இந்த வேற்றுமைகள் தான் எனக்கு மூலதனம். இவைகளை நான் முழுசாகப் பயன்படுத்த வேண்டும்.

நான் இயற்கையின் மிகப் பெரிய அதிசயம்.

நான் வீணாக மற்றவர்களைப் பின்பற்றப் போவதில்லை. என் தனித்தன்மையை சந்தையில் காட்டுவேன். நான் அதை விற்பனை செய்வேன். நான் எனது தனிப்பட்ட வேற்றுமைகளை அழுத்தமாகக் கூறி மற்றவர்களிடமிருந்து வித்தியாசம் காட்டுவேன். நான் விற்பனை செய்யும் பொருட்களும் அப்படியே. நான் மற்ற வியாபாரிகளிடமிருந்து வேறுபட்டவன். அதனால் பெருமை கொள்பவன்.

நான் இயற்கையின் மிகப் பெரிய அதிசயம்.

அபூர்வமானவைகளின் மதிப்பும் ஆபூர்வமானவை; நான் அதனால் மிகுந்த மதிப்பு பெறுகிறேன். நான் ஆயிரம் ஆயிரம் ஆண்டுகளாக வரும் பரிணாம வளர்ச்சியின் விளைபொருள். ஆகவே என் மனமும், உடலும் கடந்து சென்ற பல மன்னர்களின், அறிவாளிகளின் பலத்தை விட அதிகமானது.

ஆனால், என்னுடைய இந்தத் திறமைகளையும், உடலையும் உபயோகப் படுத்தாவிடில் அவை வீணாகிப் போகும். என்னிடம் அளவற்ற திறமையும், பலமும் உள்ளன. நான் அதில் மிகச் சிறிய அளவில் தான் என் மூளையையோ, உடல் பலத்தையோ பயன்படுத்துகிறேன். அவைகளைப் பல நூறு மடங்காக அதிகரிக்கும் வேலை இன்றிலிருந்து ஆரம்பமாகிறது.

ஆக் மாண்டினோ

நான் நேற்றைய வெற்றியில் மகிழப் போவதில்லை; அவை மிகச் சிறியவை. அதைக் காட்டிலும் நான் சாதிக்க வேண்டியது நிறைய உள்ளது. என் பிறப்பு எனும் அதிசயம் ஏன் நான் பிறந்ததோடு நின்று போகவேண்டும்? என்னுடைய செயல்கள் சாதனைகள் மூலம் நான் அதை இன்று செய்யக் கூடாது?

நான் இறைவனின் மிகப் பெரிய ரகசியம்.

என் பிறவி எதேச்சையாக நிகழ்ந்ததல்ல. நான் பிறந்தது வளர்ந்து ஒரு மலையாகத்தானேயன்றி, சிறுத்து மணலாக உதிர்ந்து போக அல்ல. ஆகவே, என் திறமைகள் என்னிடம் கெஞ்சும் வரை நான் அவற்றை உபயோகப் படுத்துவேன்.

நான் என்னையும், நான் வியாபாரம் செய்யும் பொருட்களைப் பற்றியும் நன்கு கற்றுணர்ந்து மேம்படுத்துவேன். என் வியாபாரப் பேச்சில் மெருகேற்றுவேன். வர்த்தகப் பேச்சு என்ற சாதுர்யம் தான் பலரை செல்வந்தர்களாக ஆக்கி இருப்பதை நான் அறிவேன். என் நடை, உடை, பாவனைகளிலும் மாற்றங்களைக் கொண்டு வந்து மற்றவரை கவர்ந்து இழுப்பேன்.

நான் இயற்கையின் மிகப் பெரிய அதிசயம்.

என்னுடைய சக்தியை அந்தந்த சந்தர்ப்பங்களுக்கே முழுமையாகப் பயன்படுத்துவேன். என் வீட்டுப் பிரச்னைகளை வேலை செய்யும் இடத்திற்குக் கொண்டு செல்ல மாட்டேன். அதே போல, என் வேலையின் அழுத்தங்களும் என் வீட்டில் நான் காட்டும் அன்பில் குறுக்கிடாது. வீடும், தொழிலும் தனித் தனியானவை. ஆனால், நான் இரண்டையும் மணந்தவன். இவைகளைத் தனித்தனியாக நிர்வகிக்கத் தெரியவில்லையானால் என் தொழில் படுத்துவிடும். இது காலங்காலமாக இருந்து வரும் முரண்பாடு.

நான் இயற்கையின் மிகப் பெரிய அதிசயம்.

எனக்கு வரும் பிரச்னைகளும், அதைரியமும், மன வேதனைகளும் என்னை மேம்படுத்த வந்த வாய்ப்புகள் என்று உணர எனக்கு அகக் கண்களும், புறக்கண்களும் உள்ளன. அவை இவற்றைக் கூர்ந்து நோக்கி உணரும் சக்தி வாய்ந்தவை.

நான் இயற்கையின் மிகப் பெரிய அதிசயம்.

எந்த மிருகமோ, செடியோ, காற்றோ, மழையோ, பாறையோ, ஏரியோ என்னைப் போல் தொடங்கவில்லை. நான் காதலில் உருவாகி, சாதனை செய்யப் பிறந்தவன்.

நான் இதுவரை அதைப் பற்றி நினைக்கவில்லியா. ஆனால், இனி இந்த எண்ணம் என் வாழ்க்கைக்கு வழிகாட்டும்.

நான் இயற்கையின் மிகப் பெரிய அதிசயம்.

இயற்கை தோற்பதில்லை. கடைசியில் வெற்றியடைந்தே தீரும், எண்ணம் போல. ஒவ்வொரு வெற்றியும் என்னுடைய அடுத்த போராட்டத்தை சுலபமாக்கும்.

நான் வெற்றி பெறுவேன். நான் மிகச் சிறந்த விற்பனையாளன் ஆவேன். ஏனெனில் நான் தனித்தன்மை வாய்ந்தவன்.

நான் இயற்கையின் மிகப் பெரிய அதிசயம்.

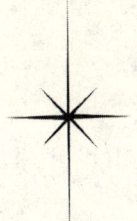

அத்தியாயம் பனிரெண்டு

சுருள் ஐந்து

நான் இந்த நாளை என் வாழ்வின் கடைசி நாளாக எண்ணி வாழ்வேன்.

ஆக, இந்த விலை மதிப்பற்ற கடைசி தினத்தில் என்ன செய்யப் போகிறேன்? என் வாழ்க்கை எனும் பாத்திரத்தினின்று ஒரு துளி கூட வெளியேறாமல் பார்த்துக் கொள்வேன். நான் நேற்றைய வலிகளையும், தோல்விகளையும், துர்பாக்கியங்களையும் எண்ணி இன்றைய தினத்தை வீணாக்கப் போவதில்லை. கெட்டதை நினைத்து இருக்கும் நன்மையை வீண் செய்வானேன்?

காலம் எனும் கடிகாரத்தின் கரங்கள் பின்னோக்கி நகருமா என்ன? கதிரவன் மறைந்த திசையில் உதித்து, உதித்த திசையில் மறையுமா? நேற்றைய தவறுகளைத் திரும்ப நினைப்பதால் அவை சரியாகுமா? நேற்று ஏற்பட்ட காயங்கள் சரியாகப் போகிறதா? நேற்றை விட இன்று நான் இளமையாகப் போகிறேனா? நேற்று பேசிய தீய சொற்களோ, அடிகளோ, வலியோ இன்று திரும்ப எடுத்து

உங்களுக்குள் உள்ள விலையில்லா ஆற்றல்

சரி செய்யக் கூடியனவா?

இல்லை. நேற்று புதைக்கப்பட்டுவிட்டது. அதைப்பற்றி எண்ணுவதில் பயனில்லை.

நான் இந்த நாளை என் வாழ்நாளின் கடைசி நாளாக எண்ணி வாழப் போகிறேன்.

நான் வாழ்வது இன்றைக்காக.

நான் என்ன செய்ய வேண்டும்? நேற்றையோ, நாளையையோ பற்றி நான் நினைக்கப் போவதில்ல. "இப்போதை" நான் ஏன் "எப்போதோ" வுக்காக இழக்க வேண்டும்? நாளை இன்றாகப் போகிறதா? இன்று இரு சூரியன்கள் உதித்தனவா என்ன? இன்றைய பாதையில் நின்று கொண்டு நாளைய காரியங்களை செய்வது எங்ஙனம்? நாளைய பணத்தை இன்று என் பையில் எப்படி வைப்பேன்? நாளை பிறக்க வேண்டிய குழந்தை இன்று பிறக்குமா என்ன? நாளை நிகழப் போகும் மரணம் இன்று அதன் நிழலைக் காட்டி என் மகிழ்ச்சியைக் கெடுக்குமா? நான் பார்க்கப் போகாத நிகழ்வுகளுக்காக என்னை நான் வருத்திக் கொள்ள வேண்டும்? என்னால் நிறுத்த முடியாத கஷ்டங்களுக்காக என்னை நானே என் சித்ரவதை செய்து கொள்ள வேண்டும்? நாளையும், நேற்றைப் போல் புதைக்கப்பட்டுவிட்டது. அதைப் பற்றி எண்ணுவதும் அநாவசியம்.

நான் வாழ்வது இன்றைக்காக.

இது தான் என்னுடைய நாள். ஆகவே நான் சூரியனின் உதயத்தை. மரணத்திலிருந்து தப்பிய ஒரு கைதியின் மகிழ்ச்சியுடன் பார்க்கிறேன். நான் நன்றியுடன் என் கைகளைத் தூக்கி இந்நாளைப் பரிசாக ஏற்றுக் கொள்கிறேன். நான் நன்றியுடன் என் இதயத்தைத் துடிக்கச் செய்கிறேன். நான் நிஜத்தில் மிகுந்த அதிர்ஷ்டக்காரன். இன்றைய

ஆக் மான்டினோ

தினம் எனக்குக் கிடைத்த ஊக்கத் தொகை, நான் அதற்கு தகுதியானவனல்லாத போதும், என்னை விடவும் சிறந்த மனிதர்கள் நேற்றோடு மறைந்த பின்னும் நான் மட்டும் இன்று உயிரோடு இருப்பது எதற்காக?

ஒருவேளை அவர்கள் சாதிக்க வேண்டியதை முடித்து விட்டார்களோ? நான் செய்ய வேண்டிய காரியங்கள் இன்னும் இருக்கின்றதோ? இது என்னை உலகிற்கு நிரூபித்துக் கொள்ள அல்லது காட்டிக் கொள்ள இன்னுமொரு வாய்ப்போ? இயற்கையின் செயல்களில் ஏதேனும் காரணம் இருக்குமோ? இன்று நான் சாதிக்க வேண்டிய தினமோ?

நான் வாழ்வது இன்றைக்காக.

எனக்குக் கிடைத்திருப்பது ஒரே ஒரு வாழ்க்கை அதுவும் நேரத்திற்கு கட்டப்பட்டது. ஒன்றை வீண் செய்வதன் மூலம் நான் இன்னொன்றை அழிப்பேன். ஆகவே, இன்றைய தினத்தின் ஒவ்வொரு நிமிடத்தையும் நான் பயனுள்ளதாக்க வேண்டும். அவை திரும்பக் கிடைக்காது. நான் இன்றை சேமித்து நாளை உபயோகிக்க முடியுமா? காற்றைக் கூண்டில் அடைக்க முடியுமா என்ன? இந்நாளின் ஒவ்வொரு நொடியையும் நான் கையில் தேக்கி, அன்புடன் ஆராதிப்பேன். அவை விலைமதிப்பற்றவை. சாகப் போகும் மனிதன் செல்வத்தைக் கொடுத்து அடுத்த வினாடி சுவாசிக்க இயலுமா? எனக்கு முன் காத்திருக்கும் நேரங்களுக்கு என்ன விலை?

நான் வாழ்வது இன்றைக்காக.

நேரத்தை வீணடிப்பவர்களைத் தவிர்ப்பேன். உடனே நடவடிக்கை எடுத்து தள்ளிப் போடுவதை விடுவேன். சந்தேகத்தை நம்பிக்கையின் கீழ் புதைப்பேன்; பயத்தை தைரியத்தால் விரட்டுவேன். சோம்பல் பேச்சுக்கு

உங்களுக்குள் உள்ள விலையில்லா ஆற்றல்

இடமில்லை; வேலையற்ற கரங்கள் கூடாது. சோர்ந்த உடம்புகள் தேவையில்லை. சோம்பி அமர்ந்திருப்பது நம்முடைய அன்புக்குரியவர்களின் உணவை, உடையைப் பறிப்பது போன்ற குற்றம். நான் திருடனல்ல. நான் அன்பும், அக்கறையும் கொண்ட ஓர் மனிதன். இது தான் நான் அதை நிரூபிப்பதற்கான கடைசி வாய்ப்பு.

நான் வாழ்வது இன்றைக்காக.

இன்றைய கடமைகளை இன்றே முடிப்பேன். என் குழந்தைகளை இன்றே கொஞ்சிக் குலவுவேன்; நாளை நான் இருப்பேனோ அல்லது அவர்கள் இருப்பார்களோ மாட்டார்களோ, தெரியாது. நான் என் மனைவியை அன்புடன் தழுவி முத்தமிடுவேன். நாளையைக் கண்டவர் யார்? என் நண்பனை அவன் கஷ்டத்திலிருந்து காப்பாற்றுவேன். நாளை என்பது என்ன நிச்சயம்? இன்றே என் தியாகங்களைச் செய்து விடுகிறேன்? நாளை அதற்கான சந்தர்ப்பமே இல்லாமல் போகலாம்.

நான் வாழ்வது இன்றைக்காக.

இந்நாள் ஒரு மிகப் பெரிய நினைவுச் சின்னம். இந்நாள் என் வாழ்வின் பொன்னாள். இந்த நாளின் ஒவ்வொரு நொடியிலும் நான் சுவை காண்கிறேன். முழுமையாகப் பருகி நன்றி சொல்வேன். ஒவ்வொரு நிமிஷத்தையும் மதிப்புக்குரியதான ஒன்றைப் பெற விலை பேசுவேன். இன்று நான் கடுமையாக உழைக்க வேண்டிய தினம். என் உடம்பின் தசைகள் சோர்ந்து போகும் வரை வேலை செய்வேன். இன்று அதிகமான இடங்களுக்குச் சென்று வியாபாரம் செய்வேன். நேற்றை விட இன்று அதிகமாக பணம் பார்ப்பேன். நேற்றைய ஒரு மணி நேரத்தைவிட இன்றைய ஒருநொடி மிகவும் உபயோகமானது; பயனுள்ளது. என்னுடைய கடைசிச் சொல் மிகச் சிறந்ததொன்றாக வேண்டும்.

ஆக் மான்டினோ

நான் வாழ்வது இன்றைக்காக.

அப்படி இல்லையெனில், நான் மண்டியிட்டு நன்றி சொல்வேன்.

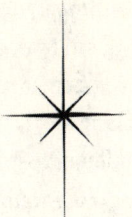

அத்தியாயம் பதிமூன்று

சுருள் ஆறு

உணர்ச்சிகள் என் அடிமை.

கடல் அலைகள் ஓய்வதில்லை, குளிரும், வெயிலும் மாறி மாறி காலங்கள் ஆகின்றன. வசந்தம் குறையும்போது பனி ஆரம்பிக்கிறது. சூரியன் உதிப்பதும், மறைவதும் நிற்பதில்லை. அமாவாசையும், பௌர்ணமியும் இயற்கை. பறவைகள் எங்கும் நிலை கொள்வதில்லை. மலர்கள் மலர்வதும், உலர்ந்து உதிர்வதும் தடுக்க முடியாது. விதைகள் பயிர்களாகி அறுவடை ஆகின்ற இயற்கை சுழல்வது நிற்கின்றதா? அதைப் போலவே தான் என் மனமும். உணர்ச்சிகள் அலைகளாய் ஆர்ப்பரிக்கின்றன; அடங்குகின்றன. ஏன்? நானும் இயற்கையின் ஓர் அங்கம். நான் இன்று என் உணர்ச்சிகளின் அரசன்.

இயற்கையின் வித்தைகளில் ஒன்று நாம் ஒவ்வொரு நாளும் வேறு வேறு உணர்ச்சிகளுடன் எழுவது. நேற்றைய மகிழ்ச்சி இன்றைய ஆக்கமாகிறது. ஆனால், இன்றைய துயரம் நாளை மகிழ்ச்சியும் ஆகலாம். என்னுள் ஓர் சக்கரம்

உங்களுக்குள் உள்ள விலையில்லா ஆற்றல்

சுழன்று கொண்டேயிருக்கிறது. அது மகிழ்வும், துக்கமும், உற்சாகமும், சோர்வும், இன்பத்திலிருந்து ஏக்கமும் என்று மாறி மாறி வருபவை. மலர்கள் மலர்ந்தேயா இருக்கின்றன? நாளை காய்ந்து உதிர்கின்றதே? ஆனால், இன்று உயிர் விடும் மலர் நாளைய சந்தோஷத்தின் வித்து; அதே போல் என்னுடைய இன்றைய சோகம் நாளை வரப்போகும் மகிழ்ச்சியின் விதை.

உணர்ச்சிகள் என் அடிமை.

இந்த உணர்ச்சிகளை நான் எப்படி ஆக்க சக்தியாக மாற்றப் போகிறேன்? என் மன நிலை சரியாக இருந்தால் தான் நான் வெற்றி காண்பேன். மரங்களுக்கும், பயிர்களுக்கும் இயற்கையின் பருவ நிலை காரணமாகின்றது. ஆனால் எனக்குத் தேவையான மனம் என் பருவ நிலையை நானே உருவாக்கிக் கொண்டு என்னுடன் எடுத்துச் செல்வேன். நான் மேகங்களையும், மழையையும், இருட்டையும் என் வாடிக்கையாளரிடம் எடுத்துச் சென்றால் அவர்களின் பதிலும் எதிர்மறையாகவே இருக்கும். என் பொருட்கள் விலை போகா. நானே மகிழ்ச்சி, உற்சாகம், ஒளி, சிரிப்பு இவற்றை அவர்களிடம் காட்டினால் அவர்களும் அதையே பிரதிபலிப்பார்கள். நானும் என் வியாபாரம் என்னும் அறுவடையை செய்து செல்வத்தைப் பெறலாம்.

உணர்ச்சிகள் என் அடிமை.

ஆக, நான் எப்படி ஒவ்வொரு நாளையும் மகிழ்ச்சியாகவும், பொருள் தருவதாகவும் மாற்றப் போகிறேன்? காலங்காலமாக வரும் இந்த ரகசியத்தைக் கற்கப் போகிறேன்: எண்ணங்களால் ஆளப்படுபவன் பலவீனமானவன்; எண்ணங்களை ஆள்பவன்தான் பலவான்.

ஒவ்வொரு நாளும், நான் எழுந்தவுடன் என்னுடைய

ஆக் மான்டினோ

சோகம், தன்னிரக்கம், தோல்வி எனும் எதிரிகளுடன் போரிட திட்டம் தீட்டுவேன். எப்படி என்கிறீர்களா?

சோகம் கவிகின்றதா, நான் பாடுவேன்.

துக்கம் தொண்டையை அடைக்கிறதா, நான் சிரிப்பேன்.

சோர்வா? வேலையை இரட்டிப்பாக்குவேன்.

பயம் வரின் பதுங்கமாட்டேன், பாய்வேன்.

தாழ்வு மனப்பான்மை ஒழிய புத்தாடை அணிவேன்.

சந்தேகமாக இருக்கிறதா? குரலை உயர்த்துவேன்.

வறுமை வருமோ? வராது. நான் வரப்போகும் செல்வத்தை நினைப்பேன்.

இயலாமையா? எப்படி? என் முந்தைய வெற்றிகள் நினைவுக்கு வரும்.

நான் அற்பமாக உணர்கிறேனோ?

நான் சாதிக்க வேண்டிய எல்லைகளை நினைப்பேன்.

உணர்ச்சிகள் என் அடிமை.

கீழ்த்தரமான எண்ணங்களே மனிதனை பலவீனமாக்கும். நான் அப்படிப் பட்டவனல்ல. சில நாட்கள் நான் என்னைத் தரம் தாழ்ச் செய்யும் சக்திகளுடன் கடுமையாகப் போராட வேண்டி இருக்கும். அவ நம்பிக்கையும், சோகமும் மட்டுமே சுலபமாக உணரக் கூடியவை. ஆயினும், வேறு சில நண்பனைப் போல சிரித்துக் கொண்டே வந்து கை குலுக்கிக் காலை வாரி விடக் கூடியவை. அவைகளிடமிருந்தும் நான் என்னைக் காத்துக் கொள்ள என் பிடியைத் தளர விடக் கூடாது.

எனக்கு அசட்டுத் துணிச்சல் வருகையில், என் தோல்விகளை நினைத்துக் கொள்வேன்.

இன்று அதிக தாராளம் ஏற்பட்டால், பசியுடன் இருந்த நாட்கள் நினைவு வரும்.

சோம்பல் வருகையில், போட்டிகள் இருப்பதை உணர்வேன்.

என் உயர்வில் மயங்கும்போது, எனக்கு ஏற்பட்ட அவமானங்கள் மனசில் தோன்றும்.

நான் மிகப் பெரிய பலவானாக உணர்கையில் காற்றை நிறுத்தப் பார்ப்பேன்.

செல்வம் குவியும் கால், பசித்திருக்கும் வயிறுகளைப் பற்றி சிந்திப்பேன்.

கர்வம் தலை தூக்குகையில், பலவீனங்களை நினைவு கூர்வேன்.

என் சக்திக்கு எதிரில்லை என்ற எண்ணம் உதிக்கையில் வானின் நட்சத்திரங்களைப் பார்ப்பேன்.

உணர்ச்சிகள் என் அடிமை.

இந்தப் புதிய ஞானத்துடன் என்னால் நான் பார்ப்பவர்களின் மனதை உணர முடியும். அவசரத்திற்கும், எரிச்சலுக்கும், கோபத்திற்கும் இடம் தருபவன் இன்று அவன் அறிவை ஆளத் தெரியாதவன். அவன் என் மீது எறியும் அம்புகளின் வேதனையைத் தாங்கிக் கொள்ள எனக்குத் தெரியும். இன்று தான் அவன் இப்படி இருக்கிறான். நாளை அவன் மகிழ்ச்சி தரும் ஒருவனாக மாறிவிடுவான்.

எவரையும் ஒரே சந்திப்பில் எடை போடக் கூடாது; இன்று என்னை வெறுக்கிறான் என்பதற்காக நாளை அவனை நான் சந்திக்காமல் இருக்கக் கூடாது. இன்று ஒரு காசுக்குக் கூட அவன் தங்கரதம் வாங்க மறுப்பவனாக இருப்பான்; ஆனால், நாளை அவனே ஒரு சாதாரண மரத்திற்காகத் தன் வீட்டைத் தரக் கூடும். இந்த ரகசியமே நான் ஈட்டப் போகும் செல்வத்தின் பெட்டடத்தைத்

ஆக் மான்டினோ

திறக்கப் போகும் திறவு கோல்.

உணர்ச்சிகள் என் அடிமை.

ஆதலால், எனக்கு இன்று என்னுடைய, மற்றும் பிறரது உணர்ச்சிகளின் ரகசியம் பற்றித் தெரியும். என்னை ஒவ்வொரு நாளும் எழுப்பும் உணர்ச்சிகளை அடக்கி ஆளத் தெரிந்தவன். என் உணர்ச்சிகளையும், சிந்தனைகளையும் ஆக்க பூர்வமாக செயலாக்கத் தெரிந்தவன் நான். நானே என் உணர்ச்சிகளின் எஜமான். ஆகவே என் விதியையும் கட்டி ஆளத் தெரிந்தவன். அதன் மூலம் நான் உலகின் தலை சிறந்த விற்பனையாளன் ஆக வேண்டியதுதான் என் விதி.

நானே எனக்கு எஜமான்.

நான் சிறந்தவனாவேன்.

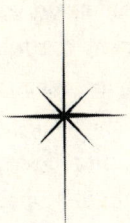

அத்தியாயம் பதினான்கு

சுருள் ஏழு

நான் சிரிக்கப் பிறந்தவன்.

உயிர் உள்ள எந்தவொரு விலங்குக்கும் இல்லாத தனிச் சிறப்பு மனிதனிடம் மட்டும் உள்ள "சிரிப்பு". மரங்கள் ரத்தம் சிந்தலாம்; விலங்கினங்கள் வலியிலும், பசியிலும் அழலாம். ஆனால், சிரிப்பு என்பது நான் தேர்ந்தெடுக்கும் எனக்கே எனக்குச் சொந்தமான ஒன்று. ஆக நான் சிரிக்கப் பழகப் போகிறேன்.

சிரிப்பதால் என் ஜீரணம் கூடும்; புன்னகைப்பதால் என் மனச்சுமைகள் இறங்கும்; நான் சிரிக்கச் சிரிக்க என் வாழ்நாள் கூடும். அது தான் என் நீண்ட ஆயுளின் ரகசியமாகப் போகிறது.

நான் சிரிக்கப் பிறந்தவன்.

உண்மையைச் சொல்லப் போனால் நான் என்னைப் பார்த்தே சிரித்துக் கொள்ளப் போகிறேன். நம்மை நாம் மிகவும் விபரீதமாக எண்ணிக் கொள்வதே சிரிப்புக்குரிய

உங்களுக்குள் உள்ள விலையில்லா ஆற்றல்

விஷயம். என் மூளை விரிக்கும் அது போன்ற வலைக்குள் நான் விழமாட்டேன். நான் உலகின் அதிசயம் என்றாலும் கூட நாம் காலம் எனும் காற்றில் அலையும் துரும்பு தானே? நான் வந்ததும் போவதும் எவருக்குத் தெரியும்? பத்து வருஷங்களுக்குப் பின் இன்று இருந்ததை எண்ணிப் பார்ப்பது எவ்வளவு மடமை? ஏன் இன்று நிகழும் அற்ப விஷயங்களுக்காக நான் என்னை அலட்டிக் கொள்ள வேண்டும்? காலம் எனும் நதியில் எல்லாமே அடித்துக் கொண்டு தானே செல்லப் போகின்றது?

நான் சிரிக்கப் பிறந்தவன்.

ஆனாலும், எப்படி எனக்குத் துயரம் தந்து, கண்ணீர் சிந்த வைக்கும் மனிதர்களையும், இயற்கையின் செயல்களையும் நோக்கிச் சிரிப்பது? என்னை நான் மூன்று சொற்களுக்குப் பழக்கப் படுத்திக் கொள்ள வேண்டும்; என்னை விட்டு நகைச் சுவை உணர்வு நகர்ந்து போவதை உணரும் போது, இந்த வார்த்தைகள் காலம் காலமாகப் பேசப்பட்டு வந்தவை; இவை எனக்கு நேரும் எதிர்ப்புகளை எதிர் கொள்ளவும், வாழ்க்கையின் சமநிலையைக் காக்கவும் உதவும். அந்த வார்த்தைகள்: இதுவும் கடந்து போகும்.

நான் சிரிக்கப் பிறந்தவன்.

எது இந்த உலகில் நிலையானது? என் இதயத்தை பாரம் அழுத்தும்போது, என்னை நானே தேற்றிக் கொள்வது இதுவும் கடந்து போகும் என்று. வெற்றியும், மகிழ்ச்சியும் கூடத்தான். வறுமையில் வாடும்போது, செல்வத்தில் புரளும்போது; எங்கே அந்த அற்புதமான கோபுரங்களை எழுப்பியவன்? அவனும் அதனுள்தானே அழுந்திப் போகிறான்? ஏன், இந்த கோபுரமே ஒரு நாள் மண்ணுக்குள் மறைந்து போகாதா? எல்லாமே நிலையற்று இருக்கும் போது நான் மட்டும் இன்றை நினைத்து மருக வேண்டும்?

ஆக் மான்டினோ

நான் சிரிக்கப் பிறந்தவன்.

நான் இந்த நாளை சிரிப்பால் வண்ணம் தீட்டுகிறேன்; இந்த இரவை ஒரு கவிதையாக்கப் போகிறேன். நான் மகிழ்ச்சிக்காக பாரம் சுமக்கப் போவதில்லை; துயரைக் கண்டு ஓடப் போவதில்லை.

நான் இந்த நாளின் சந்தோஷத்தை அனுபவிக்கப் போகிறேன். இது பாதுகாக்க வேண்டிய நெல் மணி அல்ல; ஜாடியில் காப்பாற்ற வேண்டிய மதுபானமல்ல. இதை நாளைக்காக வைக்க முடியாது. இதை பயிர் செய்து பலன் காண வேண்டியது இன்றே, இப்பொழுதே.

நான் சிரிக்கப் பிறந்தவன்.

என் சிரிப்பு எல்லாவற்றையும் அதனதன் இடத்தில், அளவில் நிறுத்தும். என் நாளைய கனவுகளின் மகிழ்ச்சியின் சிரிப்பில் இன்றைய தோல்விகள் மறைந்து போகும். என் வெற்றிகளைக் கொண்டு நான் எக்களிக்கும் சிரிப்பில் அவை சுருங்கிப் போகும். நான் தீயவைகளைக் கண்டு சிரிப்பதால் அவை என்னைத் தீண்டாது. என்னுடைய புன்னகைகள் மூலம் மற்றவர்களின் சிரிப்பைப் பெறுவதே என் வெற்றி நிகழும். நான் முகம் சுளித்தால் என் பொருட்களை விற்க முடியாது.

நான் சிரிக்கப் பிறந்தவன்.

இனி நான் கண்ணீருக்குப் பதில் வேர்வை சிந்துவேன். துக்கத்திற்கோ, அல்லது ஆர்வக் குறைவிற்கோ வியாபாரச் சந்தையில் இடம் கிடையாது. புன்னகைகள் பொருளையும், அன்பான வார்த்தைகள் இதயத்திலிருந்து வந்தால் கோட்டைகளும் எழுப்பலாம். நான் ஒரு நாளும் என்னை சிரிப்பை மறந்த அதி மேதாவியாகவோ, கண்ணியமானவனாகவோ, பலவானாகவோ மாற்றிக்

கொள்ள மாட்டேன். இந்த விஷயத்தில் மட்டும் நான் ஒரு குழந்தை. பிறரையும், அவர்கள் அன்பையும் எதிர்பார்க்கும் குழந்தையைப் போல் நான் இருந்தால் தான் நான் என் எல்லைகளை மீற மாட்டேன்.

நான் சிரிக்கப் பிறந்தவன்.

சிரிக்கத் தெரிந்திருக்கும் வரை நான் வறியவனல்ல. இது இயற்கையின் அறிய பரிசு. அதை வீண் செய்யலாமா? சிரிப்பும், சந்தோஷமும் உள்ள இடத்தில் தான் வெற்றி வந்து சேரும். அவைதான் எனக்கு என் உழைப்பின் பலனை உணர்த்தும், மகிழ்ச்சி என்னும் மதுவுக்கு சுவை கூட்டுவதே இவை தான். வெற்றியைக் கொண்டாட, மகிழ்ச்சி தேவை; அதை அளிப்பது சிரிப்பு தானே? நான் மகிழ்ச்சியாக இருப்பேன். நான் வெற்றி பெறுவேன்.

நான் உலகின் மிகச் சிறந்த விற்பனையாளனாக அறியப் படுவேன்.

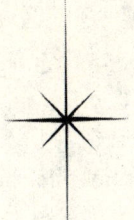

அத்தியாயம் பதினைந்து

சுருள் எட்டு

நான் விலை மதிப்பற்றவன்.

மனிதனின் புத்தி கூர்மை தொட்ட மல்பெரி இலை பட்டாகிறது. மனிதனின் மதி நுட்பம் தொட்ட மண் மாளிகையாகிறது. மனிதனின் புத்திசாலித்தனம் பிளந்த மரம் கோவிலாகிறது. மனிதனின் அறிவின் கரம் வெட்டிய ஆட்டின் ரோமம் அரசனின் அங்கியாகிறது.

இலையும், மண்ணும், மரமும், ரோமமும் பலமடங்கு உயர்ந்த நிலை அடைய உதவிய இதே மனிதன் என்று இருக்கும் என்னால் ஏன் என்னையும், என் மதிப்பையும் பன்மடங்கு உயர்த்திக் கொள்ள முடியாது?

நான் விலை மதிப்பற்றவன்.

நான் இன்று ஒரு நெல் மணி. அதற்கு மூன்று எதிர் காலங்கள் உள்ளன. அது ஒரு சாக்கில் போடப்பட்டு ஒரு நாள் மாட்டுக்கு உணவாகலாம். இல்லை மாவாக அறைக்கப்பட்டு உணவுப் பண்டமாகலாம் அல்லது நிலத்தில் விதைக்கப்பட்டு வளர்ந்து

உங்களுக்குள் உள்ள விலையில்லா ஆற்றல்

பல நெல்மணிகளைத் தாங்கி எழும்பும் பயிராகலாம்.

ஆனால், எனக்கும் அதற்கும் ஓர் வித்தியாசம். ஆனால் அந்த நெல்மணிக்குத் தேர்ந்தெடுக்கும் உரிமையில்லை. ஆனால், எனக்கு மாட்டுத் தீவனமாவதா, உணவுப் பண்டமாவதா, பல நெல்மணிகளைத் தாங்கும் கதிராவதா என்று. தேர்ந்தெடுக்கும் உரிமை இருக்கிறது. ஆகவே நான் என் வாழ்வை பிறர் சிதைக்க விடமாட்டேன்.

நான் விலை மதிப்பற்றவன்.

நான் விதையாகி, பயிராகி, கதிராகி பல நூறு நெல்மணிகள் உருவாக்க நிலம் என்னும் இருட்டில் அழுந்திப் பயிராக வேண்டும். அது போலவே தான் என் தோல்விகள், அறியாமை, துயரம், இயலாமை என்னும் இருட்டுகள். அவை என்னைப் பதப்படுத்தும். நெல்மணி பயிராக உயர நல்ல காற்று, இதமான சூரிய ஒளி, ஈரம் தரும் மழை தேவை. அது போலவே நான் வளர என் உடலை என் கனவுகள் நனவாக நன்கு பாதுகாக்க வேண்டும். நெல்மணி முழுமையடைய இயற்கையின் உதவி மிகவும் தேவை. ஆனால், நான் ஏன் காத்திருக்கத் தேவையில்லை. என் விதி என் வசம்.

நான் விலை மதிப்பற்றவன்.

இதை நான் சாதிக்கப் போவது எப்படி? நான் என் வெற்றிகளின் காலங்களை நாள், வாரம், மாதம், வருஷம். என் ஆயுசு என்று நிர்ணயித்துக் கொள்ள வேண்டும். எப்படி நெல்மணி பிளந்து முளை விடும் முன் மழை தேவையோ, அதே போன்று என் வாழ்க்கை தீர்மானிக்கப்படுமுன் என் இலக்குகளை நிர்ணயித்துக் கொள்ள வேண்டும். அப்போது என் முந்தைய சாதனைகளை மனதில் கொண்டு எதிர்காலத்தில் அதைப் போல் நூறு மடங்கு அதிகம் சாதிக்க வேண்டிய இலக்கை நிர்ணயித்துக் கொள்வேன். என்

ஆக் மான்டினோ

சாதனையின் இலக்குகளின் அசாத்தியம் பற்றி நான் கவலைப் படமாட்டேன். சந்திரனை நோக்கி எறிந்த ஈட்டி வல்லூறைத் தாக்குவது, வல்லூறைத் தாக்க எறிந்த ஈட்டி பாறையில் மோதிச் சிதறுவதை விட மேலன்றோ?

நான் விலை மதிப்பற்றவன்.

நான் என் மிக உயர்ந்த இலக்குகளால் உண்டாகப் போகும் தோல்விகளைக் கண்டுத் துவள மாட்டேன். தோல்விகள் பார்க்காத மனிதர்களே உலகில் இல்லை. புழுக்களுக்குத் தான் தோல்வி, வெற்றி இல்லை. ஆனால், நான் புழுவல்ல. நான் வெறும் வெங்காயச் செடியல்ல. நான் ஆடு அல்ல. நான் மனிதன். மற்றவர்கள் தங்கள் மண்ணால் குகைகள் கட்டிக் கொள்ளட்டும். நான் கட்ட வேண்டியது மாளிகை.

நான் விலை மதிப்பற்றவன்.

எப்படி கதிரவன் தன ஒளியினால் நெல்மணியைத் துளிர்க்கச் செய்கிறானோ, அதே போல் இந்தச் சுருள்களின் பொன்மொழிகள் என்னை உற்சாகப் படுத்தி என் கனவுகளை நனவாக்கப் போகிறது. நேற்றை விட இன்று நான் செய்யப் போவது அதிகம். ஒவ்வொரு நாளும் என் ஏற்றம் கூடப் போகிறது. மற்றவர்களை நான் முந்துவதை விட என்னையும், என் வெற்றிகளையும் நானே முந்துவது தான் என் ஆசை.

நான் விலை மதிப்பற்றவன்.

காற்று எப்படி நெல்மணிகளை முற்றச் செய்கிறதோ அது போன்றே என் மொழிகள் என் வெற்றியின் இலக்குகளை பிரகடனப் படுத்தும். நான் என் வார்த்தைகளில் பின் வாங்கக் கூடாது அது எனக்கு அவமானம். நானே எனக்கு ஆரூடம் சொல்லும் ஜோதிடன். என்னுடைய ஆசைகளும், திட்டங்களும் பிறர் நகைப்புக்கு இடமானாலும் என் கனவுகள் அவர்களுக்குத் தெரியும். எனவே அவைகளைச் சாதிக்காமல்

உங்களுக்குள் உள்ள விலையில்லா ஆற்றல்

என்னால் தப்பிக்க முடியாது.

நான் விலை மதிப்பற்றவன்.

நான் மிகக் கீழான சாதனைகளை நினைக்கும் குற்றத்தைப் புரிய மாட்டேன்.

நான் தோற்கக் கூடிய செயலைச் செய்ய மாட்டேன்.

என் பிடியை விட அதிகமான தூரங்களைத் தொடப் பார்ப்பேன்.

என் வியாபார உத்தியில் திருப்தி அடைய மாட்டேன்.

என் லட்சிய இலக்குகளை உயர்த்திக் கொண்டே போவேன்.

என் அடுத்த நிமிடம் இந்த நிமிடத்தை விடச் சிறப்பாக இருக்க வேண்டும்.

என்னுடைய சாதனை இலக்குகளை உலகுக்கு அறிவித்துக் கொண்டே இருப்பேன். நான் தம்பட்டம் அடிக்கவில்லை; மற்றவர் என் வெற்றியைக் கண்டு பாராட்டும்போது அதை பணிவுடன் ஏற்கும் மனப்பக்குவம் எனக்கு வர வேண்டும்.

நான் விலை மதிப்பற்றவன்.

ஒரு நெல்மணி பத்தாக, நூறாக, ஆயிரமாக, லட்சமாக, கோடியாக உருவெடுத்து இந்த உலகையே ஆக்கிரமிக்கும்போது, என்னால் சாதிக்க முடியாதது தான் என்ன?

நான் விலை மதிப்பற்றவன்.

நான் இதைத் திரும்பத் திரும்ப செய்து கொண்டே இருப்பேன். இந்தச் சுருளின் பொன்மொழிகள் என்னால் சாதிக்கப் பட்டதை எண்ணி எண்ணி ஆச்சரியம் கொள்வேன்.

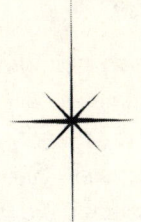

அத்தியாயம் பதினாறு

சுருள் ஒன்பது

"என் கனவுகள் வீணாவை

என் திட்டங்கள் தூசு

என் இலக்குகள் எட்டாதவை"

நடைமுறை படுத்தாத வரை எல்லாமே உண்மை.

நான் ஒரு செயல் வீரன்.

சரியானவரைபடம்விளக்கங்களுடனும், அளவுகோளுடன் வரைந்திருந்தாலும் அதன் சொந்தக்காரன் இல்லாதவரை என்ன பயன்? எத்தனை சட்டங்கள் தீட்டப்பட்டாலும் செயல்படுத்தப் படாதவரை குற்றங்கள் தடுக்கப்படாது. என்ன தான் உயர்ந்த கருத்துக்களையும், கொள்கைகளையும் சொன்னாலும் செயல்பட்டு சம்பாதிக்கவில்லை எனில் இந்தச் சுருள்களால் புகழ் பெற்றிருக்க முடியாது. செயல்பாடு ஒன்றே வரைபடத்தையும், சட்டத்தையும், சுருளையும், என் கனவுகளையும், என் இலக்குகளையும் உயிர் பெறச் செய்யும். செயல்பாடு தான் என் வெற்றியைத் தரும் உணவும், நீரும்.

உங்களுக்குள் உள்ள விலையில்லா ஆற்றல்

நான் ஒரு செயல் வீரன்.

இதுவரை பயம் என்னை என் செயல்களை காலம் தாழ்த்த வைத்தது. இப்போது எனக்கு தைரியமான இதயங்களின் ஆழத்திலிருந்த ரகசியம் தெரிந்து விட்டது. எனக்கு தயக்கமின்றி செயல்பட, என் இதயத் துடிப்பில் இருக்கும் தயக்கத்தை விரட்டி விட்டேன். செய்கை பயம் என்ற சிங்கத்தை எறும்பாக்கி விடும்.

நான் ஒரு செயல் வீரன்.

மின்மினிப் பூச்சி பறக்கையில் தான் ஒளிர்கிறது. நான் பகலிலும், சூரிய ஒளியிலும் மின்னும் மின்மினியாகப் போகிறேன்.

மற்றவர்கள் பூக்களின் தயவில் வாழும் வண்ணத்துப் பூச்சிகளாக இருந்துவிட்டு போகட்டும். நான் ஓர் மின்மினி; என் ஒளி உலகை பிரகாசப்படுத்தும்.

நான் ஒரு செயல் வீரன்.

நான் இன்றைய வேலைகளை நாளைக்குத் தள்ளிப் போடமாட்டேன். ஏனெனில் நாளை வரப்போவதில்லை. நான் தோற்றாலும் பரவாயில்லை. செயல்பட்டு தோற்பது, செயல்படாமல் குழப்புவதை விட மேல். நான் மகிழ்ச்சி எனும் கனியை பறிக்காமல் போகலாம். ஆனால் செயல்படவில்லையெனில் பல கனிகள் அழுகத்தான் போகின்றன.

நான் ஒரு செயல் வீரன்.

நான் இப்போது செயல்படப் போகிறேன்; செயல்படப் போகிறேன்.

இந்த வார்த்தைகளை நான் திரும்பத் திரும்ப, மீண்டும், ஒவ்வொரு மணியும், ஒவ்வொரு நாளும், சொல்லிக் கொண்டே இருப்பேன். எது வரை? இந்தச் சொற்கள்

ஆக் மான்டினோ

எனக்கு நான் மூச்சு விடுவதைப் போல் பழக்கமாகும் வரை. இயல்பாக கண்ணை இமைப்பது போல். இவை என் மனதை பதப்படுத்தும். என்னை செயல்படச் செய்து வெற்றி பெற வழி செய்யும். இவற்றை பின்பற்றி என் சவால்களை சந்தித்து தோல்விகளைத் தவிர்ப்பேன்.

நான் ஒரு செயல் வீரன்.

நான் இந்த வார்த்தைகளைத் திரும்பத் திரும்பத் திரும்பச் சொல்லிக் கொண்டே இருப்பேன்.

நான் விழித்துக் கொள்ளும் போது இதைச் சொல்லி எழுகையில் தோல்வி தூங்கச் செல்லும்.

நான் சந்தையில் நுழையும்போது என் முதல் வாடிக்கையாளரைப் பிடிக்கையில் தோல்வி என்னை எப்படித் தடுப்பது என்று யோசிக்கும்.

நான் மூடிய கதவை நெருங்குகையில், அதைத் தட்டும்போது தோல்வி சற்றுத் தொலைவில் சந்தேகத்துடன் தயங்கி நிற்கும். நான் கவர்ச்சிக்கு அடிமையாக நிற்கையில் நான் இதைச் சொன்னால், என்னை அது தீயவற்றில் இருந்து மீட்கும். இன்று போதும் என்ற என்று நினைத்து விலகும் எண்ணம் தோன்றுகையில் இதைச் சொன்னால், இன்னொரு வியாபாரத்தை முடிப்பேன்.

நான் ஒரு செயல் வீரன்.

செயல் ஒன்றே என் மதிப்பைக் கூட்டிப் பெருக்கி உயர்த்தும். அவை என் செயல்களையும் கூட்டும். நான் தோல்வி பயம் கொள்ளும் இடத்தில் நடப்பேன். நான் தோல்வி ஓய்வெடுக்கையில் என் வேலையை முடிப்பேன். நான் தோல்வி மௌனம் காக்கும் போது பேசுவேன். நான் பத்து வாங்கக் கூடியவர்களை அணுகி விற்பனை செய்கையில் தோல்வி ஒரே ஒருவனிடம் பேசுவோமா என்று

உங்களுக்குள் உள்ள விலையில்லா ஆற்றல்

யோசித்துக் கொண்டிருக்கும். தோல்வி நேரம் முடிந்து விட்டதே என்று புலம்பும் முன் வேலையை முடித்திருப்பேன்.

நான் ஒரு செயல் வீரன்.

இன்றுதான் என்னிடம் உள்ளது. நாளை என்பது சோம்பேறிகளுக்கென ஒதுக்கப்பட்டது. நான் சோம்பேறி இல்லை. நாளை தீமையும் நன்மையாகும் நாள். நான் தீமை அல்ல. நாளை பலவீனமானவனும் வீரனாகும் நாள். நான் பலவீனமானவன் இல்லை. நாளை தோல்வி வெற்றியாகும் தினம். நான் தோல்வி அல்ல.

நான் ஒரு செயல் வீரன்.

சிங்கம் பசித்தால் தான் புசிக்கும்; கழுகு தாகத்திற்குத் தான் தண்ணீர் தேடும். அவை சோம்பிக் கிடந்தால் அழிந்து விடும். எனக்கு வெற்றி பெற வேண்டும் என்ற பசி இருக்கிறது. மகிழ்ச்சி, மன அமைதி இவற்றை அடைய வேண்டுமென்ற தாகம் உண்டு. இல்லையெனில் நான் தோல்வி, துன்பம், தூக்கமற்ற இரவுகள் இவற்றில் உழன்று அழிந்து போவேன்.

நான் ஆணையிடுவேன். நானே அதைப் பின்பற்றி செயல் படுவேன்.

நான் ஒரு செயல் வீரன்.

வெற்றி காத்திருக்காது. நான் தாமதம் செய்தால் அது வேறொருவரை தேடிச் சென்று என்னை விட்டு நிரந்தரமாகப் போய் விடும்.

இது தான் நேரம். இது தான் இடம். நான் தான் அவன்.

நான் ஒரு செயல் வீரன்.

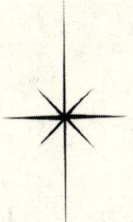

அத்தியாயம் பதினேழு

சுருள் பத்து

நம்பிக்கை இல்லாதவர்கள் கூட பேரதிர்ச்சியின் போதோ அல்லது மனம் உடையும் போதோ தன் கடவுளை நாடாதவர்கள் இருக்கின்றனரா?

எவர் அபாயம், மரணம், நம்ப முடியாத அனுபவங்கள் ஏற்படும் போது கண்ணீர் சிந்தாமல் இருப்பதில்லை?

எங்கிருந்து உலகில் வாழும் எல்லா உயிர்களின் உதடுகளிளிலிருந்தும் இயற்கையாகவே இந்த ஒலி கிளம்புகிறது, துன்பம் வருகையில்?

உங்கள் கைகளை விரைவாக உங்கள் முன் இருப்பவர் கண்களிடம் எடுத்துச் செல்லுங்கள்! அவர் கண்கள் தானே மூடிக்கொள்ளும். மற்றொருவரின் முட்டியில் தட்டுங்கள்; சட்டென்று அவர் குதிப்பார். இன்னொருவருக்கு பயம் காட்டுங்கள்; "ஓ... கடவுளே" என்று அவர் அவரையறியாமலே கத்துவார்.

என்னுடைய வாழ்க்கை மதச் சார்புடையதாக இருந்து

உங்களுக்குள் உள்ள விலையில்லா ஆற்றல்

இவ்வுலகின் ரகசியங்களையும், மர்மங்களையும் புரிந்து கொள்ள வேண்டியதில்லை. எல்லா உயிர்களுமே, இந்த உலகில் மனிதன் உட்பட துன்பம் நேர்கையில் உதவி கோருவது இயல்பு. நமக்கு ஏன் இந்த உணர்வு அல்லது பரிசு?

நம்முடைய கதறல்கள் ஒரு விதமான பிரார்த்தனை அல்லவோ? உலகில் வாழும் மிருகமோ, மனிதனோ தனக்கு துன்பம் வருகையில் தன்னை விட அதிக பலம் வாய்ந்த ஒன்றிடம் கூவி அழைத்து உதவி கேட்டு அந்த சக்தியால் நமக்கு பதில் தர முடியும் என்பது புரியாத புதிராக இல்லை? நானும் பிரார்த்தனை செய்து உதவி கேட்கப் போகிறேன். ஆனால் எனது குரல் எனக்கு வழிகாட்ட மட்டுமே.

நான் பௌதீக சுகங்களுக்காகப் பிரார்த்திக்கப் போவதில்லை. நான் ஒரு வேலைக்காரனை எனக்கு உணவு கொண்டு வரச் சொல்லவில்லை. நான் ஒரு சத்திரத்து ஆளிடம் எனக்கு ஒரு அறை கேட்கவில்லை. நான் ஒரு போதும் செல்வத்தையோ, காதலையோ, நல்ல தேக சுகத்தையோ, சிறு வெற்றிகளையோ, புகழையோ, வெற்றியையோ அல்லது சந்தோஷத்தையோ, யாசிக்க மாட்டேன். நான் மாறாக இவைகளை அடையும் வழியை எனக்குக் காட்டு என்று தான் பிரார்த்தனை செய்வேன். என் பிரார்த்தனைக்கு கண்டிப்பாக பதில் கிடைக்கும். நான் கேட்கும் வழிகாட்டுதல் கிடைக்கலாம்; கிடைக்காமலும் போகலாம். ஆனால், இரண்டுமே பதில்கள் தானே?

நான் ஒரு விற்பனையாளனாக இப்படித்தான் பிரார்த்தனை செய்வேன்.

ஓ, உலகின் படைப்பாளனே, உதவி செய், இன்று நான் இந்த உலகில் நிர்வாணமாக நடக்கிறேன். தனியாக, துணையொன்றும் இன்றி, உன் வழிகாட்டும் கரம்அல்லாமல்

ஆக் மாண்டினோ

நான் வெற்றி, மகிழ்ச்சி என்ற பாதைகளிலிருந்து வெகு தூரம் விலகிச் செல்வேன்.

பொன்னும், பொருளும் எனக்கு வேண்டாம். எனது திறமைக்கேற்ற வாய்ப்புகளையும் தேடவில்லை. நான் என் வாய்ப்புகளுக்கேற்ற திறமை பெற உதவிக்கரம் நீட்டு.

நீ சிங்கத்திற்கும், கழுகிற்கும் வேட்டையாடச் சொல்லித் தந்திருக்கிறாய், அதற்காகத்தானே அதன் பற்களும், நகங்களும். எனக்கு அன்பால் முன்னேற அழகான் வார்த்தைகளைத் தேடும் விதத்தைக் கற்றுக் கொடு. ஏனென்றால் அப்போது தான் நான் மனிதரில் சிங்கமாகவும், சந்தையில் கழுகாகவும் இருப்பேன்.

தடைகள் வருகையில் ஏற்றுக் கொள்ளவும்.

தோல்விகள் வருகையில் தேற்றிக் கொள்ளவும் கற்றுக் கொடு; அதற்காக வெற்றி என்னும் பரிசை என் கண்களிலிருந்து மறைந்து விடாதே.

மற்றவர்கள் தோற்றதில் நான் ஜெயிக்க வேண்டும். அவர்கள் தோல்வியிலிருந்து என் வெற்றியின் வித்துக்களைப் பெற வேண்டும். எனக்கு பயம் கூடத் தேவை. ஆனால் உடன் தைரியத்தையும், சிரிப்பையும் சேர்த்துக் கொடு.

என் இலக்குகளை அடைய தேவையான நாட்களைத் தா. இருந்தாலும் இன்று தான் கடைசி நாள் என்று வாழவிடு.

பயனுள்ள வார்த்தைகளைப் பேச வை.வேண்டாத வம்பின் போது என்னை மௌனமாக்கு.

விடா முயற்சி செய்ய என்னை விரட்டு. ஆனால் அதிலும் எனக்கு ஏதாவது பலன் கிடைக்கட்டும். வாய்ப்புகளை உணரும் வித்தை கற்றுத் தா. பொறுமை காக்கும் பயமும் எனக்கு வேண்டும்.

நல்ல பழக்கங்களில் என்னை நீராட வை. வலிமையற்றோரிடம் கருணை காட்ட வை. எல்லா வலிகளையும் எனக்குப் புரிய வை. இன்றைய மகிழ்ச்சியை அதற்காகத் தரமறுக்காதே.

உங்களுக்குள் உள்ள விலையில்லா ஆற்றல்

வெறுப்பு என்பதையும் நான் உணர வேண்டும். ஆனால் புதியவனையும் நண்பனாக்கிக் கொள்ளும் வித்தையையும் கற்றுத் தா.

இவை அனைத்திற்கும் உன் அருள் வேண்டும். நான் தனியாக காத்திருக்கும் கனி. அதைச் செய்ததும் நீதானே? எனக்கென்று ஒரு தனியான இடம் இருக்கும். வழிகாட்டு. உதவி செய், எங்கே அந்த பாதை?

நான் நீ நினைத்தபடியே உருவாக என்னுடைய விதை துளிர் விடும்போது இவ்வுலகில் என்னுடன் இரு.

இந்தப் பணிவான விற்பனையாளனுக்கு உதவி செய்.

என்னை வழிநடத்திச் செல், இறைவனே.

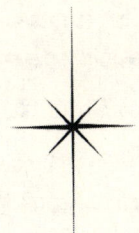

அத்தியாயம் பதினெட்டு

ஹபீத் அந்த மாளிகையின் தனிமையில் அந்தச் சுருள்களைப் பெறப் போகும் அந்த மனிதனுக்காகக் காத்திருந்தார். அவருடைய உதவியாளரான அந்தக் கணக்குப் பிள்ளையைத் தவிர வேறு எவரும் அவருடன் இல்லை. அவரது முதுமை அவரை அவரின் மாளிகையின் தோட்டத்தைத் தவிர வேறு எங்கு செல்லவும் அனுமதிக்கவில்லை.

அவர் காத்திருந்தார்.

அவருடைய மிகப் பிரம்மாண்டமான வியாபார சாம்ராஜ்ஜியத்தை மூடி, தன்னுடைய செல்வங்களை எல்லாம் தனக்குரிய மக்களுக்குப் பிரித்துக் கொடுத்து விட்டு மூன்று ஆண்டுகளாகக் காத்திருக்கிறார்.

கிழக்கேயிருந்த பாலைவனத்திலிருந்து ஒரு மெலிதான, சற்றே தாங்கி நடக்கின்ற ஓர் அந்நியன் டமாஸ்கசின் வீதிகளில் நுழைந்து நேராக ஹபீதின் மாளிகை முன் வந்து நின்றான்.

உங்களுக்குள் உள்ள விலையில்லா ஆற்றல்

எராஸ்மஸ் அவருடைய வழக்கமான மரியாதையுடனும், கனிவுடனும் வந்தவன் கூறியதைக் கேட்டார்.

"நான் உங்கள் எஜமானரிடம் பேச வேண்டும்."

எராஸ்மஸ் அவனை ஏற இறங்க நோக்கினார். அவன் தோற்றம் நம்பிக்கை தருவிப்பதாக இல்லை. அவன் கால்கள் கருப்பாக காயங்களுடன் இருந்தன. அதில் அணிந்திருந்த செருப்பு கிழிந்து ஒட்டுப் போடப் பட்டிருந்தன. அவன் இடையில் ஒட்டகத் தோலினால் ஆன கோவணம் மட்டுமே இருந்தது. அவன் தலை பரட்டையாக, நீண்டு தொங்கியது. கண்கள் சிவந்து எரிவது போல் இருந்தன.

எராஸ்மஸ் கதவை முழுசாகத் திறக்காமல் கேட்டார்.

"என் எஜமானரிடம் நீ என்ன கேட்க விரும்புகிறாய்?"

அந்தப் புதியவன் தன் தோளிலிருந்த மூட்டையைக் கீழே போட்டான். பின் தன் இரு கைகளையும் கூப்பி ஒரு பிரார்த்தனை செய்வது போல் பேசினான்.

"ஐயா, தயவு செய்து என்னை உங்கள் எஜமானரிடம் கூட்டிச் செல்லுங்கள். அவருக்கு நான் எந்த தீங்கும் செய்ய மாட்டேன். நான் பிச்சை கேட்கவும் வரவில்லை. அவர் நான் சொல்லப் போவதைக் கேட்கட்டும். அவை அவரைப் புண்படுத்துமானால் நான் உடனே போய் விடுகிறேன்."

எராஸ்மஸ், சற்று தயக்கத்துடன் கதவைத் திறந்தார்.

பின் வந்தவனைப் பார்த்துத் தலையசைத்து விட்டு மாளிகைக்குள் நேராக தோட்டத்தை நோக்கி, அந்தப் புதியவன் நொண்டியபடி பின் தொடர நடந்தார்.

ஹபீத் அரைத் தூக்கத்திலிருந்தார். எராஸ்மஸ் சிறிது தயங்கிப் பின் மெதுவாக கனைத்தார். அவரது குரல் ஹபீதின் உறக்கத்தை

சற்று கலைத்தது. மீண்டும் சற்று இருமினார். ஹபீத் நன்றாக விழித்துக் கொண்டார். கண்களை நன்றாகத் திறந்து நோக்கினார்.

''மன்னிக்க வேண்டும் எஜமான், ஒருவர் உங்களைப் பார்க்க வந்திருக்கிறார்.''

ஹபீத் முழுவதும் தூக்கம் கலைந்தவராக நேராக அமர்ந்து வந்தவனைப் பார்த்தார். வந்தவன் அவரை வணங்கி விட்டுக் கேட்டான்.

''ஐயா, உங்களைத் தானே உலகின் மிகச் சிறந்த வணிகன் என்று கூறுகின்றனர்?

ஹபீத் புருவங்களைச் சுருக்கினார். ''ஆம்... அது ஒரு காலத்தில். இப்போது எனக்கு அந்த மகுடம் இல்லை. நீங்கள் என்னிடம் வேண்டுவதென்ன?''

வந்தவன் சற்றுத் தயங்கினான். பின் தன் கைகளை மார்பில் தேய்த்துக் கொண்டான். பின் கண்களை இமைத்து விழித்து விட்டுப் பேசினான். ''என் பெயர் சால்.... நான் இப்போது ஜெருசலத்திலிருந்து என்னுடைய பிறந்த ஊரான டாரசுக்குப் போய்க் கொண்டிருக்கிறேன். நான் கொள்ளைக்காரனோ, பிச்சைக்காரனோ இல்லை. நான் டாரசின் மற்றும் ரோமின் குடிமகன். என் மக்கள் யூதர்களில் பெஞ்சமினின் பாரஸீஸ் என்ற இனத்தைச் சேர்ந்தவர்கள். நாங்கள் கூடாரம் கட்டுபவர்கள். நான் பிரபல காமாலியலின் மாணவன். சிலர் என்னை ''பால்'' என்றும் அழைப்பார்கள். அவன் பேசும்போது சற்றுத் தள்ளாடினான். முழுதாக தூக்கம் கலைந்த ஹபீத் சற்று மன்னிப்புக் கேட்கும் வகையில் அவனை அமரச் சொன்னார். பால் தலையசைத்தானே தவிர உட்காரவில்லை. நின்று கொண்டே ''ஐயா, உங்கள் வழிகாட்டலுக்கும், உதவிக்கும் தான் நான் உங்களைத் தேடி

வந்தேன். என் கதையைக் கேட்பீர்களா?'' என்றான்.

எராஸ்மஸ் அந்த புது மனிதனின் பின்னே நின்று கொண்டிருந்தவர் ஹபீதை வேண்டாம் என்பது போல் தலையசைத்தார். ஆனால், ஹபீத் அதைக் கண்டு கொள்ளாமல் வந்தவனைப் பார்த்தார். ''என் முதுமை காரணமாக நின்று கொண்டு பேசுவதை என்னால் பார்க்க முடியவில்லை. வா, இங்கு என் காலடியருகே வந்து அமர்ந்து பேசு'' என்றார்.

பால் தன மூட்டையை ஓரமாக ஒதுக்கி விட்டு மண்டியிட்டு ஹபீதின் காலடியில் அமர்ந்தான்.

''நான்கு ஆண்டுகளுக்கு முன்பு வரை நான் படித்துக் கிரகித்த அறிவு என் இதயத்தை உண்மைகளிலிருந்து மறைத்திருந்தது. நான் ஜெருசலத்தில் மரணதண்டனை பெற்று கல்லால் அடித்துக் கொல்லப்பட்ட ஸ்டீபன் என்ற புனிதனின் சாவை நேரில் கண்டவன். எங்கள் கடவுளைப் பற்றி நாத்திகம் பேசியதற்காக யூதர்களின் ஸனஹாட்ரினால் தண்டிக்கப்பட்டான்''

ஹபீதின் முகத்தில் குழப்பம் தெளிவாகத் தெரிந்தது.

''இதற்கும், எனக்கும் என்ன சம்பந்தம்? எனக்குப் புரியவில்லை'' பால் தன கைகளை உயர்த்தி அவரை அமைதிப் படுத்தினான்.

''நான் விளக்குகிறேன். ஸ்டீபன் ஜீசஸ் என்ற மனிதனைப் பின்பற்றியவன். ஜீசஸ், ஸ்டீபன் கல்லடி பெறுவதற்கு ஒரு வருடத்திற்குள்தான் ரோமானியர்களால் சிலுவையில் அறையப்பட்டார். காரணம் அவர் அரசை எதிர்த்துக் கிளர்ச்சியைத் தூண்டியதற்காக. ஸ்டீபனின் குற்றம் அவன் தொடர்ந்து ஜீசஸ் கடவுளின் தூதர் என்று நம்பியதற்காகவும், அது யூத ஜோதிடர்களாலேயே

முன்பே சொல்லப்பட்டதாகவும், மற்றும் யூத கோவில்கள் ரோமானிய அரசுடன் சூழ்ச்சி செய்து இறைவனின் தூதரைக் கொலை செய்தனர் என்று கூறியதற்காகவும். அதற்காகத் தான் அவருக்கு அந்த தண்டனை என்று ஆட்சியாளர்கள் தீர்மானித்தனர். அதில் நானும் இருந்தேன்.''

''தவிர, என்னுடைய மதவெறியும், இளமையின் துடிப்பும் என்னை அவர்களுடன் சேர்ந்து பணியாற்றச் செய்தது. எனக்கு கோவிலின் பெரிய போதகர்கள் என்னை டமாஸ்கஸ் வரை சென்று ஜீசஸை நம்புபவர்கள் இருந்தால், அவர்களைச் சங்கிலிகளால் பிணைத்து கைதிகளாக்கி ஜெருசலத்திற்கு தண்டனை பெறக் கூட்டிக் கொண்டு வருமாறு கடிதங்கள் கொடுத்திருக்கின்றனர். ஆனால், இவை எல்லாம் நான்கு ஆண்டுகளுக்கு முன்னால்.'' எராஸ்மஸ் தனது எஜமானரைப் பார்த்து திடுக்கிட்டார். அவர் கண்களில் இது நாள் வரை பார்க்காத ஒரு ஒளி தெரிந்தது. பக்கத்திலிருந்த நீரூற்றிலிருந்து தெளிக்கும் நீரின் ஓசை தவிர வேறு எந்த சப்தமும் அங்கு இல்லை.

பால் தொடர்ந்தான்.

''நான் டமாஸ்கசை இதயத்தில் கொலை வெறியோடு நெருங்கிய போது தான் அது நிகழ்ந்தது. சட்டென்று வானத்திலிருந்து ஓர் ஒளி. அது என்னைத் தாக்கியதில் என் பார்வை போயிற்று. நான் தரையில் கிடந்தேன். என்னால் பார்க்க முடியவில்லை என்றாலும் ஒரு குரல் என் செவிகளில் தெளிவாகக் கேட்டாது. ''சால்... சால்... நீ ஏன் என்னை தண்டிக்க விரும்புகிறாய்?'' நான் கேட்டேன். ''நீ யார்?'' என்று. குரல் பதில் தந்தது. ''நான் ஜீசஸ். உங்களால் தண்டிக்கப்பட்டுக் கொண்டிருப்பவன். ஆனால், நீ விழித்தெழு. நகரத்தினுள் செல். நீ என்ன செய்ய வேண்டுமென்று உனக்குச் சொல்லப்படும்.''

நான் என்னுடன் வந்தவர்களின் உதவியுடன் டமாஸ்கஸ் வந்தேன். என்னால் எதையும் உண்ணவோ, பருகவோ முடியவில்லை. மூன்று நாட்கள் நான் எங்களால் தண்டிக்கப் பட்டவரைப் பின்பற்றுபவர் ஒருவன் வீட்டில் தானிருந்தேன். அப்போது அனனியாஸ் என்ற இன்னொருவர் அவருக்கு அசரீரி என்னை வந்து பார்க்கும்படி ஆணை வந்ததாகக் கூறி வந்து பேசினார். அவர் தன் கைகளை என் கண்கள் மீது வைத்து எடுத்தார். என்ன ஆச்சரியம்! என் பார்வை திரும்பியது. என்னால் முன்போல் உண்ணவும், குடிக்கவும் முடிந்தது. என் பலம் திரும்பியது.''

ஹபீத் அவனை நோக்கி குனிந்தார். ''பின் என்ன நடந்தது?'' ''பின் நான் யூதர்களின் ஆலயமான சினகாகிற்கு கொண்டு செல்லப்பட்டேன். நான் ஜீசஸை கொன்றவர்களின் ஆணையை நிறைவேற்றுபவன் என்பதால் ஜீசஸைப் பின்பற்றுபவர்கள் மனதில் அச்சத்தைத் தோற்றுவித்தது. ஆனால், நான் சிலுவையில் அறையப்பட்டவர் கடவுளின் மகன்தான் என்று பேசியதும் அவர்கள் பயம் விலகியது. ஆயினும், நான் ஜெருசலத்தில் நிகழ்த்திய அராஜகம் அவர்களுக்கு உள்ளூர ஒரு சந்தேகத்தைத் தோற்றுவித்தது. நான் அவர்களை ஏமாற்றுகிறேனோ என்று. என்னால் அவர்களை ஒரு நிலைக்கு மேல் நம்ப வைக்க முடியவில்லை. சிலர் என்னைக் கொலை செய்யவும் திட்டமிட்டனர். நான் அங்கிருந்து தப்பி ஜெருசலத்தை அடைந்தேன்.''

''ஜெருசலத்திலும் அதே தான் நடந்தது. ஜீசஸைப் பின்பற்றுவோர் என்னிடம் வரத் தயங்கினர். நான் டமாஸ் கஸில் பேசியது தெரிந்தும், நான் தொடர்ந்து ஜீசஸை ஆதரித்துப் பேசியும் எந்தப் பயனும் கிடைக்கவில்லை. எங்கு பேசினாலும் நான் எதிர்ப்பையே பெற்றேன், அந்த நாள் வரும் வரை. அன்று கோவில் தாழ்வாரத்தில் வாத்துகளும், ஆடுகளும் பலி கொடுப்பதற்காக விற்கப்

பட்டுக் கொண்டிருந்ததைப் பார்த்துக் கொண்டிருக்கும் போது மீண்டும் அந்தக் குரல் கேட்டது.''

எராஸ்மஸ் தன்னையறியாமல் கேட்டார். ''இந்த சமயம் அது என்ன சொன்னது?'' 'ஹபீத்' தன நண்பனைப் பார்த்துப் புன்னகை செய்தார். பால் தொடர்ந்தான்.

''அந்தக் குரல் பேசியது: நான்கு ஆண்டுகளுக்கு முன் என் வார்த்தைகளைக் கேட்டாய். ஆனால், நீ ஒரு சிலருக்கே ஒளி காட்டியிருக்கிறாய். கடவுளின் சொற்கள் கூட மக்களிடம் விற்பனை செய்யப்பட வேண்டும். இல்லாவிட்டால் அவர்கள் கேட்க மாட்டார்கள். பல குட்டிக் கதைகள் சொல்லி மக்களைப் புரிந்து கொள்ளச் செய்யவில்லையா? சில ஈக்களை வினிகருடன் பிடித்து எடுத்துக் கொண்டு டமாஸ்கஸ் செல். அங்கு சென்று உலகிலேயே மிகச் சிறந்த வர்த்தகன் என்று பெயர் பெற்றவன் யார் என்று தேடு. நீ என் வார்த்தைகளைப் பரப்ப வேண்டும் என்றால், அவன் உனக்கு வழி காட்டுவான்.''

ஹபீத் விரைவாகத் தன பார்வையை ஏராஸ்மசிடம் செலுத்தினார். அதிலிருந்த கேட்காத கேள்வி அவருக்கு விளங்கியது. இவன் தானா இவர் இத்தனை நாட்களாக சந்திக்க வேண்டும் என காத்திருந்த மனிதன்? உலகின் தலைசிறந்த வணிகன் முன்னால் குனிந்து தன் கையை பாலின் தோளில் வைத்தார்.

''இந்த ஜீசஸ் என்பவரைப் பற்றிச் சொல்.''

பாலின் குரலில் புது வேகமும் உற்சாகமும் பிறந்தன. அவர் ஜீசஸ் பற்றியும், அவர் வாழ்க்கை பற்றியும் விளக்கினார். அவர் யூதர்களின் நீண்ட கால காத்திருத்தலுக்குப் பின் கடவுளின் தூதராக வந்து அவர்களின் தனி சாம்ராஜ்ஜியத்தையும் அதில் மகிழ்ச்சியையும், அமைதியையும் உருவாக்கியதைப்

உங்களுக்குள் உள்ள விலையில்லா ஆற்றல்

பற்றி பேசினார். ஜான் என்ற பாப்டிஸ்ட் ஜீசசின் வருகைப் பற்றி சரித்திரத்தில் குறிப்பிட்டிருந்ததைப் பற்றி உரைத்தார். தொடர்ந்து ஜீசஸ் நிகழ்த்திய அற்புதங்கள், அறிவுரைகள், இறந்தவரை உயிர்ப்பித்தது, பணப் பரிவர்த்தனை செய்தவர்களை நடத்தியது, சிலுவையில் அறைந்தது, புதைக்கப்பட்டு பின் மீண்டும் உயிர் பெற்று வந்தது என்று வரிசையாக நீண்டது. கடைசியில், தன்னுடைய நீண்ட கதைக்கு இன்னும் வலுசேர்க்கும் விதத்தில் ஒரு காரியம் செய்தார். தன் அருகில் வைத்திருந்த துணி மூட்டையுள் கையை விட்டு அதிலிருந்து ஓர் சிவப்பு நிற உடுப்பை எடுத்து ஹபீதின் மடியில் வைத்தார்.

"ஐயா, உங்கள் கையில் இருப்பது ஜீசஸ் உலகில் விட்டுச் சென்ற ஒரு பொருள். அவரிடமிருந்த அனைத்தையும் அவர் உலகத்துடன் பகிர்ந்து கொண்டார், அவர் உயிரைக் கூட. அவருடைய சிலுவையின் கீழ் இருந்த அங்கிக்காக ரோமானிய சிப்பாய்கள் எத்தனையோ தந்தனர். ஆனால், இது என்னிடம் மிகுந்த உழைப்பிற்கும், தேடலுக்கும் பின்னர் ஜெருசலத்தில் கடைசி முறை சென்றபோது வந்து சேர்ந்தது."

ஹபீதின் முகம் வெளுத்து, கரங்கள் நடுங்கின. அந்த ரத்தக் கறை படிந்த அந்த அங்கியைப் புரட்டிப் பார்த்தபோது, எராஸ்மஸ் தனது எஜமானின் முகம் மாறியதைக் கண்டு பயந்து அவரை வேகமாக நெருங்கினார். ஹபீத் அந்த அங்கியைப் பலமுறை புரட்டிப் புரட்டிப் பார்த்தார். கடைசியில் அது அவர் கண்களில் பட்டது; ஒரு சிறிய நட்சத்திரம், துணியில் தைக்கப்பட்டிருந்தது. தோலாவின் அடையாளம், அங்கிகளை செய்து பாத்ரோஸ் மூலம் வியாபாரம் செய்த நிறுவனத்தின் குறியீடு. நட்சத்திரத்திற்கு அருகில் சதுரத்திற்குள் ஒரு வட்டம் - பாத்ரோஸின் அடையாளம்.

பாலும், எராஸ்மாசும் பார்த்துக் கொண்டிருக்கையில் அந்த முதியவர் எழுந்து அந்த அங்கியை தன கன்னங்களில் வைத்து மென்மையாகத் தேய்த்துக் கொண்டார். நம்ப முடியவில்லை. ஆயிரக் கணக்கான அங்கிகள் தோலாவால் செய்யப்பட்டு, பாத்ரோஸின் உச்ச விற்பனை நாளில் வியாபாரம் செய்யப்பட்டன. அந்த அங்கியைக் கையில் வைத்துக் கொண்டு கிட்டத்தட்ட ரகசியம் பேசுவது போன்ற குரலில் ஹபீத் வினவினார்.

''இந்த ஜீசஸ் பிறப்பு பற்றி என்ன தெரியும் என்று சொல்'' பால் சொன்னார். ''அவர் மிகக் குறைவாகவே கொண்டு வந்தார், கொண்டும் சென்றார். அவர் பெத்லஹெமிலுள்ள ஒரு குகையில் டிபீரியஸ் காலத்தில் பிறந்ததாகச் சொல்லப்பட்டது.''

ஹபீத் ஒரு குழந்தையைப் போல் சிரித்தார். கண்களிலிருந்து பெருகிய நீர் அவரது சுருக்கம் விழுந்த கன்னங்களில் வழிந்து ஓடியது. தன கைகளால் அதைத் துடைத்தபடி கேட்டார். ''அந்தக் குழந்தை பிறந்த இடத்திலிருந்து ஒரு அபூர்வமான ஒளி வீசும் நட்சத்திரம் வானில் தோன்றியதா?''

பால் வாயைத் திறந்தபடி ஹபீதைப் பார்த்தார். அதற்குத் தேவை இல்லை. ஹபீத் பாலை அன்புடன் ஆரத் தழுவிக் கொண்டார். அவர்கள் இருவரின் கண்ணீரும் கலந்து ஓடின. பின் ஏராஸ்மாசை பார்த்து ஆணையிட்டார்.

''உண்மையான நண்பனே, அந்த கோபுரத்திற்குச் செல். அந்தப் பேழையுடன் திரும்பி வா. கடைசியில் நாம் நம்முடைய வணிகனைக் கண்டு பிடித்து விட்டோம்.''

(1)

JAICO PUBLISHING HOUSE

Elevate Your Life. Transform Your World.

1946ல் தோற்றுவிக்கப்பட்ட ஜெய்கோ பப்ளிஷிங் ஹவுஸ் நிறுவனம், பரமஹம்ச யோகானந்தா, ஓஷோ, தலாய் லாமா, ஸ்ரீ ஸ்ரீ ரவிசங்கர், சத்குரு ராபின் ஷர்மா, தீபக் சோப்ரா, ஜாக் கேன்ஃபீல்டு, ஏக்நாத் ஈஸ்வரன், தேவ்தத் பட்னாயக், குஷ்வந்த் சிங், ஜான் மேக்ஸ்வெல், பிரையன் டிரேசி, ஸ்டீபன் ஹாக்கிங் போன்ற, உலகம் மேன்மையடைய உதவிய நூலாசிரியர்களின் படைப்புகளை வெளியிட்டு வந்துள்ளது.

காலம் சென்ற எங்களுடைய நிறுவனரான திரு. ஜமன் ஷா, ஜெய்கோவை முதன்முதலில் ஒரு புத்தக வினியோக நிறுவனமாகத்தான் தோற்றுவித்தார். இந்தியாவின் சுதந்திரம் எந்த நேரத்திலும் வந்துவிடும் என்பதை அவர் உணர்ந்தபோது, அவர் தன் நிறுவனத்திற்கு ஜெய்கோ என்று பெயர் சூட்டினார் (ஜெய் என்றால் இந்தியில் வெற்றி என்று பொருள்). வளர்ந்து வந்து கொண்டிருக்கும் ஒரு நாட்டில் எல்லோருக்கும் கட்டுப்படியாகும் விலையில் புத்தகங்கள் கிடைக்க வேண்டும் என்ற தேவையை நிறைவேற்றுவதற்காக, திரு ஷா அவர்கள், பின்னர் ஜெய்கோவின் சொந்தப் பதிப்பு நிறுவனத்தைத் துவக்கினார். இந்தியாவில் ஆங்கில மொழியில் 'பேப்பர் பேக்' புத்தகங்களைப் பதிப்பித்த முதல் நிறுவனம் ஜெய்கோதான்.

சுயமுன்னேற்றம், சமயம், தத்துவம், மனம்/உடல்/ஆன்மா, மற்றும் வணிகம் தொடர்பான நூல்களை நாங்கள் அதிகமாக வெளியிட்டு வந்தாலும், பயணம், நடப்பு நிகழ்வுகள், வாழ்க்கை வரலாறுகள், பிரபல அறிவியல் நூல்கள் ஆகியவற்றை உள்ளடக்கிய பலதரப்பட்ட நூல்களையும் நாங்கள் வெளியிடுகிறோம். பிரபலமான புதினங்கள்மீது இப்போது நாங்கள் குறிப்பிடத்தக்க கவனம் செலுத்தி வருகிறோம். இந்தியா மற்றும் வெளிநாடுகளைச் சேர்ந்த புதிய இளம் எழுத்தாளர்களின் பல்வேறு நூல்களை நாங்கள் வெளியிட்டிருப்பது இதற்குச் சான்று பகரும். மொழிபெயர்ப்புப் பிரிவு ஒன்றையும் சமீபத்தில் நாங்கள் துவக்கியிருக்கிறோம். சிறந்த ஆங்கில நூல்களை ஒன்பது இந்திய மொழிகளில் நாங்கள் மொழிபெயர்த்து வெளியிட்டு வருகிறோம்.

தன்னுடைய சொந்த நூல்களைப் பதிப்பிக்கின்ற மற்றும் வினியோகிக்கின்ற ஒரு நிறுவனமாக இருப்பதோடு கூடவே, சர்வதேச அளவிலும் இந்திய அளவிலும் முன்னணி வகிக்கின்ற பிற பதிப்பாளர்களின் படைப்புகளை இந்திய அளவில் வினியோகிக்கின்ற ஒரு பெரிய நிறுவனமாகவும் ஜெய்கோ திகழ்கிறது. மும்பையைத் தலைமையகமாகக் கொண்டு செயல்படுகின்ற ஜெய்கோவிற்கு, அகமதாபாத், பெங்களூர், போபால், புபனேஷ்வர், சென்னை, தில்லி, ஹைதராபாத், கொல்கத்தா, லக்னோ ஆகிய நகரங்களில் கிளைகளும் விற்பனை அலுவலகங்களும் இருக்கின்றன.

SINCE 1946